ప్రేమ్‌చంద్
సాహిత్య వ్యాసాలు

ప్రేమ్‌చంద్

 నవచేతన పబ్లిషింగ్ హౌస్

ప్రేమ్‌చంద్ సాహిత్య వ్యాసాలు

ప్రచురణ నెం. : 2015/29

ప్రతులు : 1000

ప్రథమ ముద్రణ : మార్చి, 2015

© ప్రచురణకర్తలు

వెల: ₹ 70/-

ప్రతులకు:

నవచేతన పబ్లిషింగ్ హౌస్

గిరిప్రసాద్ భవన్, బండ్లగూడ (నాగోల్)

జి.ఎస్.ఐ. (పోస్ట్) హైదరాబాద్ - 068. ఫోన్స్: 24224454.

E-mail : navachethanaph@gmail.com

నవచేతన బుక్ హౌస్

ఆబిడ్స్, సుల్తాన్‌బజార్ & బండ్లగూడ(నాగోల్) హైదరాబాద్.

హన్మకొండ, కరీంనగర్, నల్లగొండ, ఖమ్మం.

విశాలాంధ్ర బుక్ హౌస్

విజయవాడ, విశాఖపట్నం, అనంతపురం, గుంటూరు,

తిరుపతి, కాకినాడ, ఒంగోలు, శ్రీకాకుళం, కడప.

- ప్రచురణకర్తలు.

ముద్రణ : **నవచేతన విజ్ఞాన సమితి ముద్రణాలయం,** హైదరాబాద్.

సాహిత్య ఉద్దేశ ప్రయోజనాలను గురించి విపులంగాను, హేతుబద్ధంగాను, అభ్యుదయదృష్టితోను శ్రీ 'ప్రేమ్‌చంద్' ఈ గ్రంథంలో చర్చించారు.

సాహితీపరులకు, సాహితీ విమర్శకులకు మార్గప్రదర్శకంగా ఉపయోగపడే ఈ గ్రంథాన్ని తెలుగు పాఠకలోకం ఆదరిస్తుందని ఆశిస్తున్నాం.

- ప్రకాశకులు

వ్యాససూచిక

సాహిత్యము- ఉద్దేశము

సాహిత్య ఇతిహాసంలో కొన్ని చిరస్మరణీయ సంఘటనలను తీసుకొంటే వాళ్లు ముఖ్యంగా భాషను గురించే చర్చించారని తెలుస్తుంది. మనము చూస్తూ ఉండగానే సాహిత్యంలో నూతన భాషా నిర్మాణాలు అనేక విధాలుగా జరిగాయి. వాటి ప్రభావం ఎక్కువగా లేకపోయినప్పటికి నూతన భాషా నిర్మాణ మనేది చాలా గొప్ప విషయము. భాషకు ఒక నిశ్చలరూపం లేనప్పుడు దాని ద్వారా మన అభిప్రాయాలు, భావాలు వ్యక్తీకరించటం చాలా కష్టము.

భాష సాధనమేకాని సాధ్యము మాత్రంకాదు. ముఖ్యంగా ఆధునిక సాహిత్యకారులు భాషను వదలి భావం వైపు దృష్టి చూపుతున్నారు. అయితే యిక్కడ భాషను ఏ ఉద్దేశంతో ప్రారంభిస్తున్నామో, ఏ ఉద్దేశంతో ముగిస్తున్నామో అన్న విషయం గుర్తుపెట్టుకోవాలి. ఒకప్పుడు పైశాచికంగా తలంచబడ్డ భాష ప్రస్తుతం శాస్త్ర విజ్ఞానాలకు, విమర్శలకు ఆధారమయ్యింది. భాష మాట్లాడటానికి, వ్రాయటానికి కూడ వుపయోగపడ్తుంది. మాట్లాడటానికి వుపయోగించే భాష స్థిరంగానే వుందని చెప్పుకోవాలి. స్థిరంగా వున్న భాషకు మీర్ అమ్మన్, లల్లూలాల్ లాంటి వాళ్ళు కల్పించిన రూపం లిఖితంగా మారింది. అదే సాహిత్యము. మన సమీపంలో వున్న వారికి మాటల ద్వారా మన అభిప్రాయాలను, హర్షశోక భావాలను తెలియజేయవచ్చు, వాటిని సాహిత్యకారుడు లిఖిత రూపంగా ప్రకటిస్తాడు. అంతేకాదు, సాహిత్యకారుడు అదృశ్యంగా వుండి తన అభిప్రాయాలను వ్యక్తం చేయగల్గుతాడు. రచయితకు శ్రోతల సంఖ్యా పరిధి చాల విస్తృతంగా వుంటుంది. రచయిత రచనలో సత్యము, సహజత వున్నట్లయితే ఆ రచన కొన్ని శతాబ్దాల వరకు, కొన్ని యుగాల వరకు మానవ హృదయాలను కదిలించుతూనే వుంటుంది.

వ్రాయబడిందంతా సాహిత్యమంటే నేనెప్పుడూ అంగీకరించను. సత్యాన్ని వ్యక్తీకరించుతూ, భాష ప్రౌఢంగాను, సుందరంగాను వుండి మనస్సు మీద, మేధస్సు మీద కూడ ప్రభావం చూపేది మాత్రమే సాహిత్యమనాలి. జీవితంలో వున్న నగ్నసత్యాలను, అనుభూతులను యథాతథంగా వర్ణించినప్పుడే పై లక్షణాలు సాహిత్యానికి ముఖ్యాంగాలుగా

నిలబడతాయి. గారడీ కథలు, భూతప్రేత కథలు, ప్రేమ- వియోగానికి సంబంధించిన అనేక రచనలు ఒకప్పుడు మానవ జీవితం మీద గొప్ప ప్రభావం చూపాయి. కాని ప్రస్తుతం మనకు వాటిమీద ఆసక్తి క్రమక్రమంగా సన్నగిల్లుతోంది. మానవ జీవిత మర్మాలను అధ్యయనం చేసిన రచయిత- రాజకుమారుని ప్రేమ కథలలోను, గారడి కథలలోను కూడ సౌందర్య సృష్టి చేయగలడని నిశ్చయంగా చెప్పవచ్చు. ఆ రచనలో ఆదర్శం చూపించటానికి మాత్రం జీవితంలో వున్న నగ్నసత్యాలను దర్పణంలోని ప్రతిబింబాలవలె చూపించాలి. అటువంటి రచనలను మనం ఏకోణంలో నుంచైనా ఎన్నుకోవచ్చు. ఏ కథనైనా తీసుకోవచ్చు. ఏ విధానాన్నె అనుకరించవచ్చు-కాని అందులోని ఆదర్శం ప్రతివారి మీద ప్రభావం చూపుతుంది.

సాహిత్యానికి చాలామంది చాలారకాలుగా నిర్వచనాలు ఇచ్చారు. నా దృష్టిలో 'జీవితాన్ని గురించి విమర్శించేదే' సాహిత్యమని. ఆ సాహిత్యం ఏ రూపంలోనైనా వుండవచ్చు; వ్యాసాలు కావచ్చు, కథలు కావచ్చు, కావ్యాలు కావచ్చు, నవలలు కావచ్చు, కాని ప్రతిదీ మన జీవితాన్ని గురించి వ్యాఖ్యలు, విమర్శలు తప్పకుండా చేయాలి.

జీవితమంటే అర్థం చెప్పలేని ఒక యుగాన్నుంచి మనం బయటపడ్డాము. సాహిత్యకారులంతా కల్పనను కేంద్రంగా తీసుకొని దానిచుట్టూ అనేక గారడీ కథలను అల్లుతూనేవుండేవాళ్లు. అయినా వాటినే చాల ఆసక్తిగా చదువుతూ వుండేవారు. ఇటువంటి రచనల ఉద్దేశము కేవలము మనోరంజనమే. కొన్ని అద్భుతాలను మన ముందుంచి వాటిని నమ్మించటమే వాళ్ళ ఉద్దేశము. కాని నిజమైన సాహిత్య నిర్మాణము కల్పనకు అతీతంగా వుండాలి. కథ కథే. జీవితం జీవితమే. రెండూ పరస్పర విరుద్ధంగా భావించబడుచున్నాయి. చాలా మంది కవులు వ్యక్తివాద ప్రభావానికి లోనయ్యారు. ప్రేమకు ఆదర్శం - వాంఛలను తృప్తిపరచటంగాను, సౌందర్యం దృశ్యంగాను చిత్రీకరించబడుతోంది. ఇటువంటి మరికొన్ని శృంగారభావాలను ప్రకటించటానికి కవులంతా తమ ప్రతిభను, కల్పనను ఉన్నతస్థాయిలో చూపటానికి ప్రయత్నించేవారు. రచనలో వస్తుస్థితి ఎంత దూరంగా వున్నాసరే క్రొత్త శబ్దాల ప్రయోగాలు, క్రొత్త కల్పనలే యశస్సు కోసం గీటురాళ్ళుగా నిలబడతాయనుకొనేవారు. ఆ కల్పనలలో వున్న నిపుణత, విరహదశలలో కలిగే నిరాశ, వేదనాస్థితులు కేవలం పాఠకుని మనోరంజత కొరకే వర్ణించబడినాయి. ఇప్పుడు కూడ అటువంటి రచనలు పాఠకుడి హృదయాన్ని ఏ విధంగా చూరగొంటున్నాయో అందరకూ తెలుసు.

సాహిత్యం నిస్సందేహముగా మన అనుభూతుల తీవ్రతను వున్నత స్థాయిలోనికి తీసుకువెళ్ళాలి. మానవ జీవితమంటే కేవలం స్త్రీ-పురుషుల ప్రేమ సంబంధ జీవితం కాదు. శృంగారభావనలు, అందులో నుంచి వుత్పన్నమయ్యే విరహవ్యథ, నిరాశల వరకే పరిమితంగా వున్న సాహిత్యం, ప్రపంచంలో వున్న వాస్తవిక అనుభవాలను దూరంగా వుంచటానికి ప్రయత్నించే సాహిత్యం- మన భావసంబంధిత అవసరాలను ఎప్పటికీ తీర్చలేదు. శృంగారం మానవజీవితంలోని ఒక అంగము మాత్రమే. యీ శృంగారమే ప్రధాన విషయంగా గల సాహిత్యం ఏ జాతికీ, ఏ యుగానికి కూడ గర్వకారణంగా నిలబడలేదు. అది మంచి సాహిత్యము అని అనిపించుకోదుకూడాను.

హిందీ, ఉర్దూ కవితలలో ఒకే పరిస్థితి ఏర్పడింది. ఆ సమయంలో సాహిత్యానికి, కావ్యానికి గల లోకమర్యాదను గుర్తించకపోవటం అసహజంగా వుంటుంది. విమర్శించటం, గౌరవించటం అనేది ప్రతి రచనకు వుంటుంది. అప్పటి చాలా మంది రచయితలకు రచనలే జీవనాధారము. వాళ్ళు రచించిన కావ్యాలను రాజులు, జమీందారులు తప్ప మరెవ్వరూ ఆదరించేవారు కారు. కవులు సాధారణ జీవన సమస్యలను ఎదుర్కొనుటగాని అందులో వున్న నగ్నసత్యాల ప్రభావాన్ని గుర్తించటంగాని చేయకుండా మానసికంగా కొంత దిగజారి పోయారు. అందువలన వారి రచనలలో మానసిక, బౌద్ధిక జీవనం చాలా వరకు లోపించింది.

యీ దోషాలను మనం ఆ సమయంలో వున్న సాహిత్యవేత్తల మీద మోపకూడదు. సాహిత్యం కాలానికి ప్రతిబింబంగా నిలబడుతుంది. ఏ భావం, ఏ ఆలోచన మానవ హృదయాన్ని స్పందింపజేస్తుందో అదే సాహిత్యం మీద కూడా తన ఛాయను వ్యాపింప చేస్తుంది. అటువంటి పరిస్థితులలో ప్రజలు కాలంమీద ఆధారపడి వాటిమీద ఆసక్తి చూపవచ్చు లేదా ఆధ్యాత్మిక, వైరాగ్యాలవైపు మనసును మళ్ళించవచ్చు. సాహిత్యంమీద ప్రపంచపు క్షణికత్వ ప్రభావం చూపినట్లయితే దానికి వున్న ప్రతి శబ్దము నైరాశ్యములో మునిగితేలుతూ వుంటే, కాలానికి విరుద్ధంగా రోదిస్తూవుంటే, శృంగార భావాలుగా నిలబడితే మానవజాతి జడత్వ; పతన పంజరాలలో చిక్కుకుపోతుంది. అంతే కాదు దానిలో కృషికిగాని, సంఘర్షణకుగాని ఆధారమే వుండదు. అంతకాదు మానవుడు వున్నత లక్ష్యాలను గమనించలేక ప్రపంచాన్ని చూచి అర్థం చేసుకునే శక్తి కోల్పోతాడు.

కాని మన సాహిత్యశక్తులు చాలా వేగంగా మార్పు చెందాయి. ఇప్పటి సాహిత్యం కేవలం మనసును వుల్లాసపరిచే వస్తువుకాదు. మనోరంజనం తప్ప సాహిత్యానికి చాలా ఉద్దేశాలు వున్నాయి. ఇప్పుడు అది నాయికా నాయకుల సంయోగ, వియోగ గాథలనే

విన్పించుటలేదు; జీవితంలోని సమస్యలను చర్చించుతూ వాటిని పరిష్కరిస్తోంది కూడాను. ఇప్పుడు అది స్ఫూర్తి ప్రేరణల కొరకు అద్భుత, ఆశ్చర్యకర సంఘటనలను అన్వేషించుట లేదు. వ్యక్తి, సమాజం కూడ ప్రభావానికి లోనయ్యే సమస్యలనే దానికి ఆధారంగా వుంటున్నాయి. దాని ఉత్కృష్ణత, అనుభూతుల తీవ్రత మన భావాలను, ఉద్దేశాలను వేగంగా పరిణమింప చేస్తున్నాయి.

నీతిశాస్త్రం, సాహిత్యశాస్త్ర లక్ష్యాలు ఒకటే కాని ఉపదేశ పద్ధతిలో కొంచెం భేదముంది. నీతి శాస్త్రము తర్కంతోను, ఉపదేశంతోను బుద్ధిమీద, మనసు మీద ప్రభావం చూపటానికి ప్రయత్నిస్తుంది. కాని సాహిత్యం మానసిక సంఘర్షణలను భావాలను ఆధారంగా తీసుకుంటుంది. మనము జీవితంలో చూచేవి, అనుభవించేవే కల్పనగా పరిణమించి సాహిత్య నిర్మాణానికి వెలుగుచూపుతాయి. కవిలో గాని, సాహితీవేత్తలో గాని అనుభూతులు ఎంత తీవ్రంగా వుంటాయో, వారి రచన కూడ అంత ఆకర్షణీయంగాను, ఉన్నత లక్ష్యాలను కలిగి వుంటుంది. మనలో ఆ శక్తులు కల్పించకపోతే, ఆధ్యాత్మిక మానసిక తృప్తులు లభించకపోతే, మనలో సౌందర్యప్రేమ జాగృతం కాకపోతే, మనలో నిజమైన సంకల్పం మీద, విపత్కర పరిస్థితుల మీద విజయం సాధించే దృఢత ప్రసాదించలేకపోతే ఆ సాహిత్యం మనకు ఎందుకూ ఉపయోగపడదు. అసలు అది సాహిత్యమని పిలువబడదు.

పూర్వ కాలంలో సమాజ నిర్మాణము మతం చేతిలో వుండేది. మానవుని ఆధ్యాత్మిక, నైతిక సభ్యతలకు ధర్మమే ఆధారం. పుణ్యపాపా సాధనాలతో భయం చూపి అది తమ కార్యం నిర్విఘ్నంగా కొనసాగించేది.

ఇప్పుడు సాహిత్యం ఆ బాధ్యతను స్వీకరించింది. సౌందర్యప్రేమను తన సాధనంగా తీసుకుంది. మానవుడిలో సౌందర్యప్రేమ జాగృతం చేయటానికే ప్రయత్నిస్తోంది. సౌందర్యానుభూతి లేని మానవుడే వుండడు. సాహిత్యకారునిలో యీ అనుభూతి ఎంత తీవ్రంగాను, అనుభవంగాను వుంటుందో అతని రచన కూడ అంత ప్రభావాత్మకంగా వుంటుంది. ప్రకృతి నిరీక్షణతతోను, అనుభూతి తీక్షణతతోను సాహిత్యకారుని సౌందర్య జ్ఞానముతో తీవ్రత కల్గి అసుందరముగాను, మానవుని ఔన్నత్యానికి ఉపయోగపడనిదాని గాను వున్న ప్రతివస్తువుకు దూరంగా వుంటాడు. వాటిని తన భావాలతోను, ఉద్దేశాలతోను పూర్తి శక్తినుపయోగించి ఎదుర్కొంటాడు. అలా చేయకపోతే అవి మానవతకు, దివ్యతకు, ఉన్నతికి ఆనకట్టవలె నిలబడతాయి. దళిత, పీడిత వ్యక్తుల పక్షం వహించి మనం వాళ్ళకు

న్యాయం చేకూర్చాలి. న్యాయస్థానం సమాజమే. ఈ న్యాయస్థానం ఎదుటే వాళ్ళకు తీర్పుయిచ్చి వాళ్ళలో న్యాయప్రవృత్తిని, సౌందర్యప్రవృత్తిని జాగృతం చేయాలి.

కాని సాధారణ వకీలు మాదిరిగా సాహిత్యకారుడు కక్షిదారుకోసం వెతుకుతూ అన్ని రకాల కేసులను చేపట్టడు. తనలోవున్న యుక్తులను అందరి ముందు వెల్లడించడు. సామాన్యమైన యుక్తులవలన న్యాయస్థానమయిన సమాజంలో ప్రయోజనముండదని తెలుసు. ఆ సాహిత్యకారుడు సత్యాన్నుంచి కొంచెం కూడ తొలగకుండా వుంటే అపుడే సమాజ హృదయంలో పరిణామం తీసుకురావచ్చు. న్యాయస్థానం లాంటి సమాజంలో అతడు విరుద్ధంగా తీర్పు ఇచ్చినట్లయితే దాని నాశనానికి ప్రథమ కారకుడు అతడే. అతడు కథ వ్రాస్తాడు, వాస్తవికతను దృష్టిలో వుంచుకునే సుమా! అలాగే సజీవిత, భావ వ్యంజత వున్న రూపురేఖను తయారు చేస్తాడు, మానవ ప్రవర్తనను సూక్ష్మదృష్టితో పరిశీలిస్తాడు. అదే విధంగా మానసిక శాస్త్రాన్ని అధ్యయనం చేసి ప్రతి పాత్ర నిర్మాణంలో దాన్ని ఆధారంగా తీసుకుంటాడు. రక్తమాంసాలు, ఎముకలు, కండరాలు మొదలగునవి భౌతికంగా మనిషి నిర్మాణానికి ఎలా తోడ్పడుతాయో అదే విధంగా పై లక్షణాలు సాహిత్య నిర్మాణానికి తోడ్పడతాయి. అతడు తను సహజానుభూతివలన, సౌందర్యప్రేమ వలన జీవితంలో సామాన్య మానవుడు తన మనుష్యత్వంతో చేరలేని ప్రదేశానికి చేరుకుంటాడు.

నేటి కథారచన ప్రత్యక్షానుభవ హద్దులను దాటి బయటకు వెళ్ళలేక పోవుటవలన ఆధునిక సాహిత్యంలో వస్తుస్థితి, చిత్రణా విధానము అభివృద్ధి పొందుచున్నవనుకోవచ్చు. మానసిక శాస్త్ర దృష్ట్యా ప్రతి పాత్ర సామాన్య మానవుడితో ఏకీభవించుతుందో లేదో అని ఆలోచిస్తూవుంటే మనకు సంతోషమూ లభించదు, తృప్తి కూడా వుండదు. ఆ పాత్రలు నిజంగాను మనుషులేనా, రచయిత యదార్థ జీవిత చరిత్రను లిఖించాడో లేదో యనికూడ ఆలోచించుతాము. ఎందుకంటే కల్పనా పరిధులలో వున్న పాత్రల మీద మనకు నమ్మకం కుదరదు, కల్పనా పరిధులలో వున్న రచనలలోని ఉద్దేశాలతో మనం ఏకీభవించలేము. ప్రతి రచనలోను రచయిత ప్రత్యక్షానుభవాల ఆధారంగా లిఖించాడా, ఆ పాత్రలలో తాను స్వయంగా అగుపడ్తున్నాడా అన్న విషయాలను మనం నిశ్చిత రూపంలోకి తీసుకురావాలి.

అందువలన కొంత మంది విమర్శకులు-సాహిత్యము రచయిత మానసిక జీవితానికి ప్రతిబింబం అని చెప్తారు.

ఒకే ఘటన వలనగాని, ఒకే పరిస్థితి వలనగాని అందరూ ఒకే విధంగా వాటి ప్రభావానికి లోనవ్వరు. ప్రతివాడి దృష్టికోణం, మనోవృత్తి వేరు వేరుగా వుంటాయి. కాని

రచనా కౌశలం వలన రచయిత ఏ మనఃప్రవృత్తిని, దృష్టి కోణాన్ని అవలంబిస్తాడో పాఠకుడు కూడ వాటినే అనుసరిస్తాడు. యిదే ఆ రచన యొక్క ఆ రచయిత యొక్క సాఫల్యం అంతేకాకుండా రచయిత తన భావాల వలన, జ్ఞానం వలన మనలను మేల్కొనేట్లు చేయవచ్చు. మన ఉద్దేశాలను, మానసిక పరిధులను విస్తృతం చేయవచ్చు లేదా తన రచనల ద్వారా మనకు ఆధ్యాత్మిక ఆనందం, తృప్తి కలుగజేయవచ్చు.

రచయితలో ఉన్న సంస్కార పరిస్థితి ఆకర్షణకు గురియై ఆ పరిస్థితికి తాను కూడ ప్రేరణ పొందాలని ప్రతివాడిలోను వుంటుంది. మనలో వున్న కొన్ని బలహీనతలు మన చుట్టూ గూడుగా అల్లుకున్నాయి. శారీరకంగా ఆరోగ్యం, రోగము అనేవి ప్రకృతి సిద్ధంగా ఏర్పడేవి. అదే విధంగా నైతిక మానసిక పరిస్థితులు క్రమంగా వుండటం కూడ ప్రకృతి సిద్ధమే. రోగి తన రోగాన్ని అసహ్యించుకొనే విధంగానే మానసిక నైతిక విలువలు కోల్పోవటాన్ని కూడా అసహ్యించుకుంటాడు. రోగి తన రోగాన్ని మాన్పించటానికి వైద్యుడి అన్వేషణలో నిమగ్నమయిన విధంగానే మనం కూడ మనలోవున్న బలహీనతలను రూపుమాపి ఆదర్శమానవుడిగా బ్రతకటానికి కృషి చేయాలి. అందుకే మనం సాధుసన్యాసులను అనుసరిస్తాము, పూజలు, పుణ్యాలు చేస్తాము. గొప్పవారి దగ్గర కూర్చుని మంచి విషయాలు తెలుసుకుంటాము. విద్వాంసుల విమర్శలు, ఉపన్యాసాలు వింటాము, సాహిత్యాన్ని అధ్యయనం చేస్తాము.

చెడు ప్రవృత్తులు కల్గివుండటం, ప్రేమభావాలకు దూరంగా వుండటం వలననే మనం బలహీనతలకు బాధ్యులమగుచున్నాము. సౌందర్య ప్రేమవున్న చోట, ప్రేమవ్యాపకత వున్న చోట బలహీనతలకు స్థానం వుండదు. ప్రేమ ఆధ్యాత్మిక ఆహారం. ఈ ఆహారం లభించక పోవటం వలనే అన్ని బలహీనతలు వుద్భవిస్తున్నాయి. కళాకారుడు ఇందులో సౌందర్యానుభూతిని ఉత్పత్తి చేస్తూ ప్రేమోష్ణతను మిళితం చేస్తాడు. అతని ప్రతివాక్యం, ప్రతిశబ్దం, ప్రతి సంకేతం మన అంతఃకరణను ప్రకాశితం చేస్తాయి. కళాకారుడు స్వయంగా సౌందర్య ప్రేమతో తృప్తి పొందనట్లయితే, అతని ఆత్మ ఈ జ్యోతితో ప్రకాశితం కాకపోతే అతడు మనకు వెలుగు ఎలా చూపగలుగుతాడు?

అసలు సౌందర్యమంటే ఏమిటని మొదటి ప్రశ్న. అసలు ఈ ప్రశ్న నిరర్థకమేమోననిపిస్తోంది. ఎందుకంటే సౌందర్యాన్ని గురించి మన మనసులలో ఎటువంటి సందేహాలు లేవు. మనము సూర్యుడు ఉదయించటం, అస్తమించటం చూస్తున్నాము. ప్రాతఃసంధ్యలలోని లాలిమను చూస్తున్నాము. సుగంధ భరితమైన రంగురంగుల పుష్పాలను చూస్తున్నాము. తియ్యగా అరిచే పక్షులను చూస్తున్నాము. గల గల స్వనంతో ప్రవహించే

నదులను చూస్తున్నాము. నాట్యం చేస్తున్న సెలయేరులను చూస్తున్నాము. యిదే సౌందర్యమంటే. ఈ దృశ్యాలను చూచి మన అంతఃకరణలు వికసిస్తున్నాయెందుకు? వానిలో రంగు ధ్వనుల సామంజస్యత వుండుటవలననే అలా జరుగుతోంది. స్వరాల సామ్యత, సంగీత మోహకత కారణం కావచ్చు. మన రచనలు కూడా అనేక తత్వాల సమసమ్మేళనం వలన ఏర్పడుచున్నాయి. అందువలన మన ఆత్మ ఎల్లపుడూ ఆ సామ్యత కోసం, ఆ సామంజస్యత కోసం అన్వేషించుచూ ఉంటుంది. సాహిత్యం కళాకారుని ఆధ్యాత్మిత సామ్యతను వ్యక్తీకరిస్తుంది. ఆ సామ్యత సౌందర్యాన్ని సృష్టిస్తుంది. నశ్వరతను మాత్రం సృష్టించదు. అది మనలో విశ్వాసాన్ని, సత్యాన్ని, సానుభూతిని, న్యాయప్రియతత్వాన్ని, మమతను నింపుతుంది. యీ భావాలు వున్నచోటనే దృఢత్వం వుంటుంది. నిజమైన జీవితం కూడ వుంటుంది. యివి లోపించిన చోట నశ్వరత, శత్రుత్వం, ద్వేషం, యీర్ష్య, మృత్యువు కూడ వుంటుంది. అనారోగ్యంతో విరుద్ధాహారం తీసుకున్న విధంగా ఆ భావాల వైరుధ్యం సహజజీవనానికే వ్యతిరేకంగా వున్నాయి. ప్రకృతికి అనుకూలత సామ్యత వున్న చోట సంకీర్ణత్వానికీ, స్వార్థానికి స్థానం ఎలా వుంటుంది? మన ఆత్మ ప్రకృతిలో స్వేచ్ఛగా విహరిస్తే ఈర్ష్య, ద్వేషం లాంటి దుష్టకీటకాలు స్వచ్ఛందతా ప్రకాశంలో వాటంతట అవే నాశనమవుతాయి. ప్రకృతికి దూరంగా వుండి, కొన్ని హద్దులలో జీవిస్తూ వుంటేనే ఈ మానసిక, భావగత రుగ్మతలు ఉత్పన్నమవుతాయి. సాహిత్యం మన జీవితాన్ని స్వాభావికంగాను, స్వాతంత్ర్యంగాను వుంచుతుంది. అంటే మన హృదయాన్ని సంస్కారవంతంగా చేస్తుంది. ఇదే దాని ముఖ్యోద్దేశము.

"ప్రగతిశీల రచయితల సంఘము" అని పేరు పెట్టుకోవటం నా దృష్టిలో పొరపాటే ఎందుకంటే సాహిత్యకారుడు కాని లేదా కళాకారుడుగాని స్వభావసిద్ధంగా ప్రగతిశీలిగానే వుంటాడు. ఒక వేళ అతనికి యీ స్వభావము లేనట్లయితే సాహిత్యకారుడు కానేకాడు. అతని ఆంతర్యంలోను, బాహ్యంగాను కొన్ని తప్పులు ప్రస్ఫుటంగా కనబడతాయి. ఆ తప్పులను సరిదిద్దుకోవటానికి అతని ఆత్మ ఎల్లపుడూ వ్యాకులపడుతుంది. తన కల్పన ద్వారా వ్యక్తిలోగాని సమాజంలోగాని సుఖ, స్వచ్ఛందతలను చూడాలనుకునే పరిస్థితులలో చూడలేదు. అందువలన వర్తమాన మానసిక సామాజిక పరిస్థితులకు అతడు దూరంగా వుండి పోతున్నాడు. మానవుడు జీవించే ప్రస్తుత పరిస్థితులను, చివరకు మరణించే పరిస్థితులను కూడ మార్చివేసి, క్రొత్త పరిస్థితులను కల్పించాలని ప్రయత్నిస్తాడు. ఈ వేదనే, ఈ భావమే అతని హృదయాన్ని, మెదడును కూడా సంఘర్షణకు గురిచేస్తుంది. మానవజాతి కొన్ని సామాజిక నియమబంధనాలతో బిగించబడి అనేక కష్టాలను

ఎదుర్కొనటం ఆ బాధాపూరిత హృదయం సహించలేదు. ఈ బానిసత్వాన్నుంచి ఈ పేదరికాన్నుంచి విముక్తి పొందాలనే వేదన సంఘర్షణను ఎంత వ్యాకులతతో అనుభవం పొందునో అతని రచనలో అంత వాస్తవికత ఉదయిస్తుంది. తన అనుభూతులను క్రమపద్ధతిలో వ్యక్తీకరించే విధానమే అతని కళాకౌశలత్వ రహస్యము. కాని దీనిమీద ప్రత్యేకంగా బలం చూపవలసిన అవసరం ఏర్పడటానికి గల కారణం ప్రతి రచయిత ఉన్నతికి, ప్రగతికి ఏకార్థము వ్యక్తీకరించలేడు. కొంత మంది కొన్ని పరిస్థితులు ఉన్నతికి సాధనాలు అని తలంచితే మరికొంత మంది అవి సందిగ్ధావనతికి కారణాలనుకుంటారు. అందువలన ప్రతి కళాకారుడు తన కళను ప్రత్యేక ఉద్దేశానికి ఆధీనంలో వుంచుట లేదు. తన మనోభావాలను వ్యక్తీకరించటమే కళ అని అతడు అనుకుంటాడు. కాని దాని ప్రభావము వ్యక్తి మీద సమాజం మీద ఎలా వుందో గమనించే పరిస్థితిలో వుండడు.

దేని నుంచి అయితే మనకు దృఢత, కర్మశక్తి ఉత్పన్నమవుతుందో దేని నుంచయితే మనకు దుఃఖావస్థ అనుభూతి కలుగుతుందో దానినే మనం ఉన్నతి అనాలి. మనం ఏ అంతర్బాహ్య కారణాలవలన ఈ నిర్జీవత్వం, జడత్వ పరిస్థితులలో చిక్కుకుపోయామో వాటిని దూరం చేయాలి. మనశ్శహృదయాల మీద ప్రపంచపు క్షణికత్వ ప్రభావం చూపించి మనలను నైరాశ్యభావనలలో ముంచి వేసే కవితలు ఎందుకూ ఉపయోగపడవు. ప్రస్తుతం అనేక మాసపత్రికలలోపడే ప్రేమకథలు మనలో ఆదర్శంగాని, ఆవేశంగాని, సృష్టించలేకపోతే అవి అర్థహీనమైనట్లే. ఓ ఇద్దరి ప్రేమ కథను వర్ణించినంత మాత్రాన మన సౌందర్య ప్రేమ మీద ప్రభావం పడినట్లు కాదు. ఒక వేళ ప్రభావం చూపినట్లయితే కేవలం మనం వాళ్ళ విరహవ్యధను గమనించి దు:ఖిస్తాము. దీని వలన మనలో ఏ మానసిక సంబంధమైన ఆవేశం కల్గింది? ఈ విషయాల వలన ఒకప్పుడు మనకు భావావేశం కల్గేదికాని ఇప్పుడు అవన్నీ నిరర్థకమే. ఆ భావోత్తేజకకళకు ప్రస్తుతకాలం ఆధారంగా నిలబడలేదు. ప్రస్తుతం మనకు కర్మ సందేశాన్నిచ్చే కళే అవసరము. అందుకే "ఇక్బాల్" అన్నాడు. "నువ్వు జీవితంలో వున్న రహస్యాలను తెలుసుకోవాలంటే సంఘర్షణలలో తప్ప మరెక్కడా లభించవు. కాని సముద్రంలోనికి వెళ్లి విశ్రాంతి తీసుకోవటం నదికి లజ్జాకర విషయమే. ఆనందం పొందటానికి నేను ఎప్పుడూ గూడులాంటి యింటిలో బ్రతకలేదు, రంగురంగుల పుష్పాల సౌరభంలోను, నది ఒడ్డున చల్లగాలిలోను గడిపేవాడిని."

మన మార్గంలో అహంవాదం, వ్యక్తిగత దృష్టి కోణానికి ప్రాధాన్యం ఇవ్వటము మనల్ని జడత్వంలోనికి, పతనంలోనికి, నిర్లక్ష్యంలోనికి విసిరివేస్తాయి. అటువంటి కళ మనకు వ్యక్తిగతంగాను, సాముదాయకంగాను వుపయోగపడదు.

12 ప్రేమ్‌చంద్ సాహిత్య వ్యాసాలు

అన్యవస్తువులవలె కళ కూడ ఒక అవసర సాధనంగా ఉపయోగించుచున్నారని చెప్పటానికి నేను సందేహించను. మన సౌందర్య ప్రవృత్తిని తృప్తి పరచటానికి, ఆధ్యాత్మిక ఆనందానికి నిలయంగాను వుండటమే కవియొక్క ఉద్దేశము. జీవితావసర సమస్యలను పరిష్కరించలేని మానసిక ఆధ్యాత్మికానందాలు కూడ నిరుపయోగమే. ఆనందం స్వభావసిద్ధంగా ఒక వుపయోగకరమైన వస్తువు, ఆ ఉపయోగ దృష్టిలోనే ఒకే వస్తువులో మనకు సుఖ, దుఃఖాలు లభించాలి. ఆకాశంలో వ్యాపించిన లాలిమ నిస్సందేహంగా అందమైన దృశ్యమే. కాని ఆషాడంలో ఆ లాలిమే ఆకాశం మీద కనబడితే మనం ప్రసన్నులము కాలేము. ఆ సమయంలో మనము ఆకాశంలో నల్లగా వున్న మబ్బు తునకలను చూచి ఆనందం పొందగలము. పూలు పండ్లుగా మారున నెడి ఆశతో మనం పూలను చూచి ఆనందిస్తాము. ప్రకృతితో మన జీవన స్వరాలను మేళవించితే మనకు ఆధ్యాత్మికానందం కలుగుతుంది. ఎందుకంటే దానివలన మన జీవితం వికసించి, తృప్తి చెందుతుంది. ప్రకృతి ఉద్దేశాలు వృద్ధి వికాసాలే. అంతేకాకుండా మనకు ఏభావాల ద్వారా అనుభూతుల ద్వారా ఆనందం లభిస్తుందో అవన్నీ ఈ వృద్ధి వికాసాలకు తోడ్పడతాయి. కళాకారుడు తన కళ ద్వారా సౌందర్యాన్ని సృష్టించి, సామాన్య పరిస్థితిని వికాసోన్ముఖంగా చేస్తాడు.

సౌందర్యం అన్యవస్తువులవలె కంటికి అగుపడుతూ ప్రత్యేకాకారం కల్గి అనందం ఇచ్చేదికాదు. సౌందర్యానందం అందరికీ ఒకే పాళ్ళలో లభించుతుందనుకోవటం పొరపాటు. ఒకడికి ఒక వస్తువు సుఖసాధనమైతే అదే మరొకడికి దుఃఖ కారణము కావచ్చు. ఒకడు సురభిళ సురమ్యమైన ఉద్యానవనంలో కూర్చుని పక్షుల కలకలారాగములు వింటూ స్వర్గీయ సుఖాన్ననుభవించవచ్చు. కాని ఆ ఉద్యానవనాన్నీ మరొకడు ద్వేషించవచ్చు.

సంఘజీవనం ఆరంభించినప్పటి నుంచి బంధుత్వము, సమత, సభ్యత, ప్రేమ అనేవి ఆదర్శవాదులకు తీపి కలవవలె మిగిలాయి. ధార్మికవాదులంతా ధార్మిక, నైతిక, ఆధ్యాత్మిక బంధనాలలో ఆ కలలను యదార్థంగా మార్చాలని అనేక ప్రయత్నాలు చేశారు. బుద్ధుడు, క్రీస్తు, మహమ్మద్ మొదలైన వాళ్ళంతా నీతి పునాదుల మీద సమతా నిలయాన్ని నిర్మించాలని చాల కృషి చేశారు కాని, పూర్తి ఫలితం లభించలేదు, అంతే కాకుండా ప్రస్తుతం సమాజంలో వున్న కులమత భేదాలు బహుశా ఏ కాలంలోను వుండివుండవు.

"పరిశీలించే వాళ్ళను పరిశీలించటం మూర్ఖత క్రిందే వస్తుంది" అని ఒక సామెత వుంది. ఈ సామెత ననుసరించి ఇప్పుడు కూడ మనం నీతి ధర్మాల అంచులు పట్టుకొని సమతోన్నత లక్ష్యాలను చేరాలంటే విఫలతే కల్గుతుంది. అయితే మనం ఈ

కలలు "ఉత్తేజిత మస్తిష్కాల సృష్టి" అని అనుకొని విస్మరిస్తామా! అలా జరిగితే మానవ ఔన్నత్యానికి, పూర్ణత్వానికి ఒక్క ఆదర్శం కూడా మిగలదు. అలా ఆదర్శం లేకుండా వుండుటకన్న మానవుని ఉనికి క్షీణించి పోవటమే మేలు. ఏ ఆదర్శాన్ని మనం సఖ్యతతో పాటు నిలబెట్టామో, దేని కొఱకైతే మానవుడు అనేక త్యాగాలు చేశాడో, దేని పరిణామం కొఱకు ధర్మాల సృష్టి జరిగిందో- ఏ ఆదర్శం కోసం మానవ సమాజ చరిత్ర నిలబడ కలిగిందో దానిని మనం శాశ్వత సత్యంగా తలంచి ఔన్నత్య సోపానం మీద అడుగు పెట్టాలి. సమత కేవలం నైతిక బంధనాలను ఆశ్రయించకుండా ప్రత్యేక రూపం ధరించనపుడు మనం ఒక క్రొత్త సంఘటనకు సర్వాంగాలను సృష్టించి సంపూర్ణం చేస్తాము. ఈ ఆదర్శాన్నే సాహిత్యం మన ఎదుట నిలబెట్టాలి.

సౌందర్యం యొక్క అర్థాన్ని మనం మార్చవలసి వుంటుంది. ఇప్పటి వరకు దాని అర్థం ధనానికి విలాసానికి పరిధులలో వుంది. చాల మంది కళాకారులు బ్రతుకు తెరువు కోసం ధనవంతులను ఆశ్రయించవలసి వస్తోంది. ఆ ధనవంతుల విశేషతే ఆ రచనలకు మూల వస్తువుగా వుంటోంది. వాళ్ళ సుఖదుఃఖాలు, ఆశనిరాశలు, ప్రతియోగితా ప్రతిద్వంద్వాలు వ్యాఖ్యానించటమే కళ ఉద్దేశము అని భావించబడుతోంది. వాళ్ళ దృష్టి ఎప్పుడూ అంతఃపురాల వైపు, బంగళాల వైపు పరుగెత్తుతోంది. శిథిలాలు, గుడిసెలు వాళ్ళ దృష్టికి అగుపడవు. ఆ గుడిసెలు, శిథిలాలు మానవత్వం పరిధుల అంతర్భాగం కాదని వారి ఉద్దేశము, అక్కడక్కడ వాటిని వర్ణించినా హాస్యంగా వుంటుంది. పల్లెటూరి వేష భాషలు కేవలం హాస్యం కొరకే సృష్టించబడుచున్నాయి. వ్యంగ్య సామెతలను, అనేక రకాల భాషా పదాలను కలిపి వాళ్ళను వర్ణించుతారు. కాని అతడు కూడ మనుష్యుడే. అతనికి కూడ హృదయముంది. ఆశలున్నాయి, ఆవేశాలున్నాయి. ఈ విషయం గ్రహించటమే కళ, అది కల్పనకు బాహ్యపరిధులలో వుంటుంది.

సంకుచిత రూపారాధనకు, నూతనశబ్ద ప్రయోగాలకూ, భావసంకలనానికి, కళ ఆధారంగా అప్పుడూ వుంది. ఇప్పుడూ వుంది. కాని, అటువంటిదానికి ప్రత్యేక ఆదర్శముకాని, జీవితానికి ఉన్నత ఉద్దేశము కాని వుండదు. భక్తివైరాగ్యాలూ, ఆధ్యాత్మికభావాలు, జీవితపు క్షణభంగురాలు, ఆ కళకు కల్పనలుగా నిలబడుతాయి. అటువంటి కళాకారుని జీవితపు చరమోద్దేశము కూడ ఆ పరిధులను దాటి బయటకు పోదు. జీవితపు సంఘర్షణలలో సౌందర్యోత్కర్షను చూచే శక్తి వారికుండదు. వాస్తవాలలోనే సౌందర్యపు ఉనికి వుంటుంది. కాని ఆ కళాకారుడు దీనిని అంగీకరించడు. యవ్వన భారంతో ఉరకలువేస్తున్న విలాసినిలోనే అతడు సౌందర్యం చూడగలుగుతాడుకాని, గట్టు

మీద పిల్లలను నిద్రింపచేసి పొలంలో చెమట క్రక్కే అందవిహీనమైన స్త్రీలో సౌందర్యారాధన చేయలేడు. లిప్‌స్టిక్ అధరాలలోను, చక్రాల వంటి బుగ్గలలోను, వంపు తిరిగిన కనుబొమ్మలలోను సౌందర్యం దాగి వుందని, నిశ్చయించుకుంటాడు గాని చిందరవందరగావున్న కేశాలలోను, పాలిపోయిన అధరాలలోను, వాడిపోయిన కపోలాలలోను సౌందర్యానికి చోటివ్వడు. ఇది సంకీర్ణ దృష్టి వలన కలిగే ఫలితం. ఆ సౌందర్యాన్ని చూచే దృష్టిలో ఉన్నత భావం వున్నట్టయితే ఆ మెరుస్తున పెదవులు, చెక్కిళ్ళ వెనుక దాగిన గర్వాన్ని, క్షణికత్వాన్ని గమనించగల్గుతాడు. అంతేగాదు వాడిపోయిన పెదవులలోను, పాలిపోయిన చెక్కిళ్ళ మీదుగా ప్రవహించే కన్నీటి ప్రవాహంలోను దాగిన త్యాగం, భక్తి, శ్రద్ధ, ఓర్పులను గమనించగల్గుతాడు. అయితే వీటిలో మాత్రం అందంగాని, ఆకర్షణ గాని, సుకుమారత్వంగాని వుండవు.

మన కళలన్నీ యవ్వనపు ఉన్మత్తతలో మునిగితేలుచున్నాయి. యవ్వనపు హృదయం మీద తలవుంచి కవిత్వం చెప్పుటవలన గాని, శృంగార నాయిక అస్వాభావిక విషయాలను గూర్చి రోదించటం వలనగాని లేక ఆ నాయిక రూపగర్వాన్ని మత్తెక్కిన కన్నులలో చూపటంవలన గాని, కళ ఉద్దేశము నెరవేరదు. ఆ యవ్వనపు ఆవేశం ఆదర్శవాదానికి, ధైర్యానికి, కష్టాలను ఆహ్వానించటానికి, ఆత్మత్యాగానికి మాత్రమే ప్రతిబింబంగా వుండాలి. అందుకే 'ఇక్బాల్' అంటాడు; తరంగాలు ప్రవాహవేగాన్ని లక్ష్యపెట్టవు. అలాగే నా జీవితం కూడాను. కాని ఈ అపారసాగరంలో వుండి నేను ఒడ్డును మాత్రం వెతుక్కోటం లేదు.

మన సౌందర్యం ఉన్నత లక్ష్యాలను కల్గినపుడు, సృష్టి అంతా ఆ దృష్టి పరిధులలో ఇమడ్చ గల్గినపుడు మనకు కూడ 'ఇక్బాల్' లాంటి పరిస్థితే కల్గుతుంది. ఆ ఆరాధన ప్రత్యేక హద్దులను కల్గివుండదు, దాని విహారానికి ప్రత్యేక ఉద్యానవనాలు వుండవు. భూమండలమంతా వ్యాపించిన వాయుమండలములో అది సంచరిస్తుంది. చెడు విధానాన్ని సహించలేనపుడే దాని మూలాన్ని చేపట్టటానికి నడుము బిగిస్తాము. మానవుని అత్యాచారాలు గాని, బానిసత్వాన్ని గాని మనం సహించలేనపుడు, ఆ పరిస్థితిని కేవలం కాగితాల మీద సృష్టించి సంతృప్తిచెందము. వానితో పాటు సౌందర్యాన్ని, నీతిని ఆత్మగౌరవాన్ని మానవత్వాన్ని కూడా సృష్టించి తీరుతాము.

విలాస మందిరాలను సృష్టించటం, మనోరంజన సామగ్రిని ప్రోగుచేయటం సాహిత్యకారుని లక్ష్యం కాదు. సాహిత్యపు స్థితిగతులను ఆ పద్ధతులలోనికి ఎప్పుడూ

దిగజార్చకూడదు. సాహిత్యం దేశభక్తి, రాజనీతుల వెనుక నడిచే నగ్నసత్యమే కాకుండా వాటి ముందు వుండి కరదీపికను చూపించే మార్గదర్శిని కూడాను.

భారతీయ సాహిత్యకారులకు సమాజంలో ఏమీ విలువ లేదని మన చెవులతోనే అనేకసార్లు వింటున్నాము. సభ్యదేశాలలో సాహిత్యకారుడు సమాజంలో ఒక విలువైన భాగం. పెద్ద పెద్ద మంత్రులు, జమీందారు కూడ ఆ సాహిత్యవేత్తలను కలుసుకొని మాట్లాడటం గౌరవప్రదమని తలంచుచున్నారు. కాని హిందూదేశంలో ఇంకా మధ్య యుగపు పరిస్థితే నిలబడి వుంది. సాహిత్యం జమీందారులను ఆశ్రయించే జీవితాలకు ప్రోత్సాహమిస్తే, ఆందోళనకు, విప్లవాలకు దూరంగా వున్నచో, తన చుట్టు ప్రత్యేక ప్రపంచాన్ని నిర్మించుకొని సుఖదుఃఖాల అనుభూతులను పొందుతూ వుంటే అది సాహిత్యము కాదు. దానికి ఈ సమాజంలో చోటు ఇవ్వకపోవుట అన్యాయమైన విషయం కాదు.గొప్ప వాళ్ళవ్వటానికి ఏ విద్యా అవసరం లేదు. ఆధ్యాత్మిక జ్ఞానం చాలు. అదే విధంగా సాహిత్యకారులకు కూడ ప్రత్యేక అనుకూల వాసక్తులు తప్ప మరి ఏ ఇతర బంధనాలు అవసరము లేదు.

సాహిత్యకారుడు నిస్సందేహంగా జన్మిస్తాడు కాని మధ్యలో మాత్రం సాహిత్యకారుడుగా మారడు. మన జ్ఞానంవలన, జిజ్ఞాసవలన ప్రకృతి రహస్యాలను గమనించకల్గితే సాహిత్యానికి ఎక్కువ సేవ చేసే అవకాశం ఇంకా ఎక్కువగా వుంటుంది. 'అరస్తు' మరియింకా కొంత మంది విద్వాంసులు సాహిత్యవేత్తలవటానికి అనేక విధములైన షరతులు ఏర్పరచుకున్నారు. వారు మానసిక, నైతిక, ఆధ్యాత్మిక, భావగత సభ్యతలకు, ఇంకా విజ్ఞానానికి కూడ కొన్ని సిద్ధాంతాలను క్రమపద్ధతిలో ఏర్పరచుకున్నారు. ప్రస్తుత సాహిత్యకారులు కొన్ని ప్రవృత్తులే ప్రధానమనుకుంటున్నారు. కాని ఏ ఇతరమైన క్రమశిక్షణా పద్ధతులు అవసరమను కొనుటలేదు. అతడు రాజనీతికి, సాంఘిక పరిస్థితులకు, మానసిక శాస్త్రజ్ఞానానికి అపరిచితుడే అయినప్పటికి సాహిత్యకారుడుగా భావించబడుచున్నాడు.

ప్రస్తుతం సాహిత్యకారుని ఎదుట నిలబడిన కొన్ని ఆదర్శాల ననుసరించి ఆ విజ్ఞానాలు ప్రత్యేక భాగాలుగా తలంచబడుచున్నాయి. సాహిత్య ప్రవృత్తి వ్యక్తివాదం వరకే పరిమితంగా వుండక మానసిక, సామాజికవాదాల ననుసరించి వుంటుంది. అపుడే రచయిత వ్యక్తిని, సంఘాన్ని వేరుగా చూడలేడు. వ్యక్తి కూడ సంఘంలో ఒక అంగమే అని భావించుతాడు. వ్యక్తి సంఘములోని అంగముగా భావించబడినపుడు సంఘము మీద ఆ వ్యక్తి అధికారం స్థాపించకూడదు. తనకు, సంఘానికి శత్రుత్వం వున్నట్లుగా భావించి సంఘాన్ని తన స్వార్థ సాధనకు వుపయోగించుకోకూడదు. సమాజనిర్మాణంతో పాటు

తన ఔన్నత్యం వుందని, సమాజం నుంచి వేరయితే తన విలువ శూన్యమగునని అతడు తప్పక గ్రహించాలి. మనలో ఉన్నత విద్యలు, ఉన్నత మానసిక శక్తులు పొందిన వాళ్ళు మన మీద చూపే బాధ్యత సమాజంపట్ల కూడ చూపవలసి వుంటుంది. అయితే ప్రజల ధనంతో ఉన్నత విద్యలు అభ్యసించి వాటిని తమ స్వార్థ సాధనకు వుపయోగించుకొనేవాళ్ళను మనం ఆరాధించకూడదు. సమాజాన్ని స్వలాభం కొఱకు వుపయోగించుకోవటం ఏ సాహిత్యకారుడూ అంగీకరించడు. అందువలన ఉన్నత విద్యలు పొందిన ప్రతివారూ, తత్వవేత్తలు కూడ తమ లాభముకంటే సమాజము యొక్క వుపయోగాన్ని గురించి ఆలోచించాలి. తమలో వున్న శక్తుల ద్వారా సంఘానికి ఎక్కువ సేవచేయటానికి కృషిచేయాలి. వాళ్ళు సాహిత్యంలోని ప్రతిభాగంలోను పరిచయం సంపాదించుకొని పరిపూర్ణులు కావాలి.

అంతర్జాతీయ సాహిత్య మహాసభల రిపోర్టు చూస్తే అందులో శాస్త్రీయంగా గాని, సామాజికంగా గాని, ఇతిహాసికంగా గాని, మానసిక విజ్ఞానాధారంగా గాని దీర్ఘంగా పరిశీలించని విషయమే లేదు. దాని ఆధారంగా మన జ్ఞాన హద్దులను పరిశీలించుకుంటే మన అజ్ఞానాన్ని గమనించి చాల సిగ్గుపడవలసి వుంటుంది. సాహిత్య రచనకు ఆశువుగా చెప్పగల్గిన స్తోమత, రచనా వేగము వుంటే చాలు ననుకుంటాము. కాని ఈ భావమే మన సాహిత్య వినాశనానికి కారణము. మనము సాహిత్య ప్రమాణాలను ఉన్నతం చేసి సంఘానికి విలువకల్గిన సేవ చేయవలసి వుంటుంది. అపుడే సాహిత్యం సంఘం మీద అధికారం స్థాపించి సంఘంలో ఉన్న ప్రతి విభాగాన్ని గురించి వ్యాఖ్యలు-విమర్శలు చేయగల్గుతుంది. అటువంటి సమయాలలో అన్యభాషలనుగాని, అన్యసాహిత్యాన్నిగాని అనుకరించకూడదు. సాహిత్యానికి స్వీయశక్తి కల్గినపుడే ఉన్నత లక్ష్యాలను సాధించ కల్గుతుంది.

మన ఆసక్తులకు, ప్రవృత్తులకు అనుకూలంగానే విషయాన్ని సేకరించి దాని మీద సంపూర్ణ అధికారం పొందాలి. ప్రస్తుతం మనం జీవించే ఆర్థిక పరిస్థితులలో ఆ విధంగా అధికారం పొందటం కొంచము కష్టమే కావచ్చు. అయినప్పటికి మన ఆదర్శాలు మాత్రం ఉన్నతంగా వుండాలి. పర్వత శిఖరాగ్రాలకు చేరాలనుకొని చేరలేకపోతే కనీసం మధ్య బాగానికైనా చేరగలము. అసలు మొదలులోనే తాట్లాడుటకంటే అది చాల ఉత్తమము కదూ! మన అంతర్యాలు ప్రేమజ్యోతిచే ప్రకాశితమైతే, మన ముందు సేవా ఆదర్శాలు దారులుగా నిలబడితే ప్రతి క్లిష్ట పరిస్థితిని మనం ధైర్యంతో ఎదుర్కొని విజయం పొందవచ్చు.

ధనాన్ని, విలాసాన్ని ఆరాధించే వాళ్ళకు సాహిత్య మందిరంలో స్థానం లేదు. సేవయే తమ జీవనాదర్శముగా కలవాళ్ళు, హృదయంలో కష్టాల అనుభూతులు పొందేవాళ్ళు, ప్రేమావేశంగల ఆరాధకులు సాహిత్య నిర్మాణానికి తోడ్పడతారు. మన గౌరవం మన చేతిలోనే వుంటుంది; సంపూర్ణ హృదయంతో సంఘసేవ చేస్తే కీర్తి ప్రతిష్ఠలు మన కాళ్ళను చుంబిస్తాయి. అటువంటి అవకాశం వుంటే గౌరవ ప్రతిష్ఠల కోసం ఎందుకు బాధపడటం? కీర్తి లభించకపోతే నిరాశమాత్రం పొందటం ఎందుకు? ఆ సేవలో కలిగే ఆధ్యాత్మికానందమే మనకు అమూల్యమైన బహుమతి. అటువంటప్పుడు సంఘం మీద అధికారం పొందాలనే ఆశ ఎందుకు? ఇతరులకంటె కూడ సుఖంగా జీవించాలనే కోరిక మనల్ని ఎందుకు బాధించాలి? ధనవంతుల జాబితాలో లెక్కింపబడాలని ఎందుకు ప్రయత్నం చేయాలి? మనము సంఘాన్నే పతాకంగా ధరించి సాగిపోయే సిపాయిలము. సాదా జీవనంలోనే ఉన్నత లక్ష్యాలను కల్గివుండటం మన జీవిత లక్ష్యం. నిజమైన కళాకారుడెప్పుడూ స్వార్థపూరిత జీవితాన్ని గడపటానికి ఇష్టపడడు. తన సంతృప్తి కొరకు కృత్రిమాన్ని అవలంబించడు. కృత్రిమం అంటే అసహ్యించుకుంటాడు. అపుడే ప్రతి సాహిత్యకారుడు "ఇక్బాల్‌గా" మారతాడు.

మన పరిషత్ కొన్ని ప్రత్యేక సిద్ధాంతాలనాధారంగా తీసుకొని కొన్ని పద్ధతులను కార్యరూపంలో పెట్టింది. సాహిత్యాన్ని కృత్రిమంగాను, విలాసంగాను తయారు చేయటం వాళ్ళ అభిప్రాయము కాదు. కృషి కార్యరూప సందేశాలను అందించే బాధ్యులుగా మాత్రమే నిలబడ్డారు. భాషలకి ఎట్టి సంబంధమూ లేదు. ఆదర్శం విస్తృతంగా వున్నప్పుడు భాష దానంతటకదే సరళంగా మారుతుంది, భావ సౌందర్యాన్ని కృత్రిమంగా చూపించటానికి ఎప్పుడూ ప్రయత్నించకూడదు. ధనవంతుల ముఖస్తుతి చేసే రచయిత ఎప్పుడూ ధనిక సంబంధమైన రచననే ఎన్నుకుంటాడు. సామాన్య ప్రజల యందు సానుభూతి కలవాడు సాధారణ శైలిలో రచిస్తాడు. దేశంలో ఉన్నత ఉద్దేశాలు గల సాహిత్యాన్ని సృజించి వికసింపచేయటమే మా ఉద్దేశము. కొన్ని కేంద్రాలలో సాహిత్య పరిషత్‌లు స్థాపించి నియమపూర్వకమైన సాహిత్య చర్చలు జరిపి, నిగూఢ విషయాలు తెలుసుకొని, ఉపన్యాసాలు విన్పించి, వ్యాఖ్యలు-విమర్శలు చేసి సాహిత్యమంటే ఏమిటో తెలియచేయాలి. అపుడే ప్రత్యేక వాతావరణము ఏర్పడి సాహిత్యములో నూతన యుగానికి నాంది పలుకుతుంది. ప్రతి భాషలోను మన సందేశం అందచేయటానికి మనం ప్రతి ప్రాంతంలోను సాహిత్య పరిషత్‌లు నెలకొల్పాలి. ఇది ఒక క్రొత్త కల్పన అని అనుకోవటం చాల పొరపాటు. దేశంలోని సాహిత్య సేవకుల హృదయాలలో ఐక్యమత్య భావనలు నిండుగా వున్నాయి.

ప్రతి భాషలోను ఈ భావాన్ని ప్రకృతి, పరిస్థితి– ఈ రెండూ కలిసి నాటి ప్రతి ప్రదేశానికి దాని అంకురాలను వ్యాపింప చేయటానికి కృషి చేస్తున్నాయి. వాటికి తగిన సౌకర్యాలు కలుగచేస్తూ వాటి లక్ష్యాలు సఫలం కావటానికి కృషి చేయటం మన కర్తవ్యము.

ప్రస్తుతము సాహిత్యకారులలో క్రియాశక్తి లోపించింది. ఇది దాగివున్న సత్యం. అయినప్పటికి మనం దాని వైపు దృష్టి సారించకుండా కళ్లు మూసుకొని వుండలేము. ఇప్పటివరకు సాహిత్యానికి ఏ ఆదర్శాలను మన ముందు వుంచుకున్నామో వాటికి క్రియాశక్తి అవసరము లేకుండా పోయింది. క్రియాశక్తి లోపించటమే దాని ముఖ్యోద్దేశము. అందువలన అది అప్పుడప్పుడు పక్షపాతంతోను, సంకీర్ణభావంతోను ప్రవర్తిస్తూ వుండేది. ఎవరైన ధార్మికుడుగా వుండి తన ధార్మిక శక్తి మీద గర్వించేకంటే ధార్మికుడుగా వుండకపోవటమే మంచిది. అతని స్వచ్ఛంద ప్రవర్తనవలన భగవంతుని అనుగ్రహం కూడ పొందవచ్చును. కాని ధార్మికత మీద గర్వించేవాడికి మాత్రం ఇది సంభవం కాదు.

సాహిత్యం కేవలం మనోరంజనానికే పరిమితంగా వున్నంత వరకు, జోల పాటలు పాడి నిద్రపుచ్చటానికి ప్రయత్నించినంతవరకు, కన్నీళ్లు ప్రవహింప చేసి హృదయాన్ని తేలిక పర్చగలిగినంత వరకు క్రియాశక్తి అవసరము వుండదు. అది ఒక ఉన్మాదం లాంటిది. అయితే దాని ఫలితం మరొకరు అనుభవిస్తారు. కాని మనము సాహిత్యం కేవలం మనోరంజనానికి, విలాసానికి అని అనుకోటం లేదు. మన గీటురాయి మీద సాహిత్యానికి మెరుగు పెట్టాలి. దానిలో ఉన్నత భావాలు, స్వతంత్ర ఆలోచనలు, సౌందర్యారాధన, ఆత్మ వికాసము, జీవితపు యదార్థ ఘటనలు నిండి ఉంటాయి. అవే మనలో ఉత్తేజాన్ని, సంఘర్షణలను, ఆదర్శాలను సృష్టించుతాయి. అవి ఎప్పుడూ మనలను నిద్రింపచేయటానికి ప్రయత్నించకూడదు. అసలు ఎక్కువగా నిద్రించటము మృత్యువుతో సమానము కాదా!

జీవితము- సాహిత్యము

సాహిత్యానికి ఆధారము జీవితమే- ఈ పునాది మీదే సాహిత్యపు ప్రాకారాలు నిలబెట్టి వాటి మీదే భవనాలు, అంతస్తులు, బురుజులు నిర్మించుచున్నారు. కాని పునాది మాత్రం నేలలోనే అణచివేయబడింది. దానిని అన్వేషించాలంటే మన హృదయం అంగీకరించదు. జీవితం పరమాత్ముని సృష్టి అగుట వలన అనంతంగాను, అబోధంగాను, అగమ్యంగాను వుంటోంది. సాహిత్యం మానవుని సృష్టి అగుట వలన సుగమంగాను, సుబోధంగాను, గౌరవాలకు పరిమితిగాను వుంటోంది. జీవితం పరమాత్ముని పట్ల కృతజ్ఞతతో వుంటుందో లేదో తెలియదుగాని సాహిత్యం మాత్రం మానవునికి కృతజ్ఞతతో వుంటోంది. సాహిత్యం అక్రమ మార్గాలలో సంచరించకుండా చట్టాలు నిలబడివున్నాయి. జీవితానికి ప్రధానోద్దేశము ఆనందమే. మానవుడు జీవిత పర్యంతము ఈ ఆనందాన్ని అన్వేషించడంలోనే నిమగ్నమవుతాడు. ఈ ఆనందం ఒక్కొక్కడికి ఒక్కొక్క విషయంలో లభించుతుంది. ఒకడు రత్నాలు, మాణిక్యాలను సంపాదించి ఆనందం పొందితే మరొకడు నిండుగావున్న సంసారంలో ఆనందం పొందుతాడు; ఒకడికి విశాల భవనంలో ఆనందం లభిస్తే మరొకడికి ఐశ్వర్యంలో లభిస్తుంది. ఈ ఆనందాలలో అన్నిటికంటే వుత్తమమైనది, పవిత్రమైనది సాహిత్యానందమే. దీనికి ఆధారము సత్యము, సౌందర్యము. నిజమైన ఆనందం ఈ రెంటి ద్వారానే లభించుతుంది. ఆ ఆనందాన్ని అన్వేషించటమే, ఆ ఆనందాన్ని ఉత్పత్తి చేయటమే సాహిత్యము యొక్క ఉద్దేశము. ఐశ్వర్యాలలోను, సుఖాలలోను వున్న ఆనందం క్షణికం. అంతేకాకుండా వాటి వెనుక దుఃఖం దాగి వుంటుంది. వాటి వలన మన ఆసక్తులు సన్నగిలిపోయి పశ్చాత్తాపము పొందుతారు. కాని సత్యం, సుందరం ద్వారా పొందే ఆనందము అఖండంగాను, అమరంగాను వుంటుంది.

సాహిత్యానికి నవరసాలున్నాయని చెప్తున్నారు. బీభత్సరసము ద్వారా కూడా ఆనందం లభించునా అనే సందేహం కల్గుతుంది. ఆనందం లభించకపోతే దానిని రసాలలో ఎందుకు లెక్కించుతారు? బీభత్సంలో కూడా సత్యము, సౌందర్యము వున్నాయి. హరిశ్చంద్రుని శ్మశానవాటిక చాలా బీభత్సంగా వర్ణించబడింది. ప్రేత పిశాచాలు, అర్ధజ్వలిత మాంసపు ముక్కలు, చిందర వందరగావున్న ఎముకల ప్రోగులు–ఇవన్నీ కలసి బీభత్సంలో

పరాకాష్ట నందుకున్నాయి. అది బీభత్సంగా వున్నప్పటికీ అందులో సౌందర్యం వుంది. తరువాత సృష్టించే స్వర్గీయదృశ్యానందాన్ని తీవ్రతరం చేయటానికే ఈ బీభత్సము సృష్టించబడింది. సాహిత్యము ప్రతి రసములోను సౌందర్యాన్ని అన్వేషించుతుంది. రాజమహలులో, పేదవాడి గుడిసెలో, పర్వత శిఖరాల మీద, మురుగుకాలవలో, ఉషాలాలిమలో, శ్రావణ మేఘాలు క్రమ్మిన చీకటి రాత్రిలో కూడ సౌందర్యాన్ని అన్వేషిస్తుంది. ఇందులో ఆశ్చర్యపడవలసిన విషయం ఒకటి వుంది. పేదవాని గుడిసెలో సౌందర్యము తేలికగా ప్రత్యక్షమవుతుంది గాని రాజమహలులో మాత్రం అగుపడదు. ఆ రాజభవనాలలో చాల శ్రమపడి వెతికితే అగుపడవచ్చు. మానవుడు మౌలికంగాను, యదార్థంగాను, కృత్రిమానికి దూరంగాను వుండటమే ఆనందం. ఆనందం కృత్రిమానికి, ఆడంబరానికి చాల దూరంలో వుంటుంది. సత్యానికి కూడ కృత్రిమమంటే ఎటువంటి సంబంధమూ వుండదు. సాహిత్యంలో మరొకటి శృంగార రసాన్ని గురించి ఆలోచించవలసి వుంటుంది. శృంగార విహీనంగాను, అసుందరంగాను వున్న దానిని సాహిత్యదృష్టిలో రసముగా ఎంచరు. దానిని సాహిత్యములో భాగమనికూడ లెక్కించరు. వాంఛలు ప్రధానంగా వున్న రచనలు, కుచ్ఛిత భావాలను మేల్కొలిపి బాహ్యజగత్తుతో సంబంధం స్థాపించిన రచనలు సాహిత్యమనిపించుకోవు. డిటెక్టివ్ నవలలు బాగుగానే వుంటాయి. కాని దానిలో సౌందర్యం అగుపడినపుడు, హత్యాకారుని జాడ తెలుసుకోటానికి అనేక కష్టాలను ఎదుర్కొని గౌరవమర్యాదలను రక్షించినపుడే దానిని మనం సాహిత్యంగా తలంచాలి. కొన్ని డిటెక్టివ్ నవలలు అద్భుత రస నిర్మాణంలో సౌందర్యాన్ని సృష్టించుతాయి.

సత్యములో ఆత్మసంబంధము మూడు విధాలుగా వుంటుంది. ఒకటి జిజ్ఞాస, రెండు-ప్రయోజనం, మూడు-ఆనందం. ఆధ్యాత్మిక విషయాల ద్వారా జిజ్ఞాస ఏర్పడుతుంది. విజ్ఞాన విషయాల ద్వారా ప్రయోజనము, సాహిత్యం ద్వారా ఆనందము లభిస్తాయి. సత్యము ఆనంద ప్రవాహాన్ని పొంగింపచేసే ప్రదేశంలోనే సాహిత్యం నిలచివుంటుంది. దీర్ఘంగా ఆలోచిస్తేగాని జిజ్ఞాస ఉత్పన్నమవదు. స్వార్థబుద్ధి వుంటే ప్రయోజనాసక్తి కలుగుతుంది. ఆనందం మాత్రం మానసిక భావాలతో సంబంధం కల్గివుంటుంది. ఆ మానసికభావం ద్వారానే సాహిత్యం అభివృద్ధి పొందుతున్నది. ఒకే దృశ్యాన్నిగాని, ఒకే ఘటననుగాని మూడు విధాల దృష్టులతో చూడవచ్చు. హిమాచ్ఛాధిత పర్వతాలపై ఉషాలాలిమ ఆధ్యాత్మిక వేత్తను లోతైన చింతనలోకి విసరివేస్తుంది. విజ్ఞానవేత్త దాని మీద ప్రయోగాలు చేయటానికి ఉపక్రమిస్తాడు. కాని సాహిత్యకారునికి మాత్రం ఒక విధమైన విహ్వలత కల్గుతుంది. విహ్వలత ఒక విధమైన ఆత్మసమర్పణలాంటిది. ఈ ఆత్మ సమర్పణలో ఉన్నత

నీచభావాలుగాని మంచి-చెడు అభిప్రాయాలుగాని కలుగవు. శ్రీరామచంద్రుడు శబరి ఇచ్చిన ఎంగిలిపండ్లు ప్రేమతో తినటానికి, కృష్ణభగవానుడు విదురుని ఇంట మామూలు శాక పదార్థాలనే అనేక రుచికర పదార్థాలుగా తలంచటానికి కారణం వాళ్లు ఈ భేద భావాన్ని మరచిపోవటమే. వాళ్ళ ఆత్మ చాలా విశాలంగా వుండి సమస్త ప్రపంచానికి చోటు ఇస్తుంది. ఆత్మ ఆత్మలోనే కలిసిపోయింది. అందువలననే వాళ్లు ఆత్మను విశాలంగా వుంచి మహాపురుషులయ్యారు. జడ ప్రపంచంతో కూడ తమ ఆత్మను మేళవించిన అనేక మంది మహాపురుషులు మన భారతదేశంలో జన్మించారు.

జీవితమంటే ఏమిటో మనము తెలుసుకోవాలి. జీవితమంటే తినటం, త్రాగటం, బ్రతకటం, చావటం కాదు. అలా జీవించటంలో పశుపద్ధతి వుంటుంది. మానవజీవితంలో కూడ ఈ ప్రవృత్తులుంటాయి. ఎందుకంటే మానవుడు కూడ ఒక విధంగా పశువే. కేవలం ఆ ప్రవృత్తులే కాకుండా వాటి హద్దులు దాటి మరికొన్ని ప్రవృత్తులుంటాయి. వాటిల్లో కొన్ని ప్రకృతిలో మనం కలిసి పోవాలంటే ఆటంకాలు కలుగచేస్తాయి. మరికొన్ని చేయూతనిస్తాయి. ప్రకృతితో మన సంబంధాన్ని పెంపొందింప చేసేవే అమలు పర్చాలి. సంబంధాన్ని త్రుంచివేసే వాటిని దూరంగా వుంచాలి. వాటిని ఆ విధంగానే వదలివేస్తే అవి నిస్సందేహముగా మనల్ని నాశనం చేస్తాయి. అందువలన మనం వాటి వేగానికి అడ్డుపడాలి. వాటి మీద నిగ్రహం పొంది వాటి హద్దుల నుంచి బయటకు పోకుండా కాపాడాలి. వాటి మీద మనం ఎంత కఠినమైన నిగ్రహాన్ని పొందుతామో మన జీవితం అంత శుభప్రదంగా వుంటుంది.

మంకుపట్టు గల పిల్లల్ని ఎప్పుడూ బెదిరించకూడదు. నువ్వు చాల చెడ్డవాడివి పీకనులిమేస్తాన్! చెవులు పీకేస్తాన్, అని గొంతు చించుకోటం వ్యర్థమే అవుతుంది. అలా బెదిరిస్తే వాడి మంకుపట్టు మరింత గట్టిపడ్తుంది. పిల్లలలో వున్న మంచి ప్రవృత్తులను ఉత్తేజితం చేస్తే వాళ్ళలో వున్న చెడు ప్రవృత్తులు స్వాభావికంగా తొలగిపోతాయి. అదేవిధంగా మానవుడు కూడ ఆత్మవికాసం కొరకు నిగ్రహం ఏర్పరచుకోవాలి. సాహిత్యం మనోభావాల రహస్యాన్ని కనుగొని సత్ప్రవృత్తులను ఉత్పన్నం చేస్తుంది. సత్యాన్ని రసాలద్వారా గ్రహించినంత సులభంగా జ్ఞానం ద్వారాను వివేకం ద్వారాను గ్రహించలేము. అదే విధంగా పిల్లల్ని బుజ్జగింపు ద్వారా వశపరచుకున్నంత సులభముగా అదరించి బెదరించి వశపరచుకోలేము. ప్రేమతో కరడుగట్టుకుపోయిన ప్రకృతిని సున్నితం చేయవచ్చు. సాహిత్యమనేది మస్తిష్కానికి సంబంధించిన వస్తువుకాదు. హృదయానికి సంబంధించిన వస్తువు. జ్ఞానోపదేశాలు సఫలత్వం పొందలేక పోయినప్పటికీ సాహిత్యం మాత్రం విజయం

పొందుతుంది. ఈ కారణం వలననే అనేక ఉపనిషత్తులు ధర్మగ్రంథాలు సాహిత్య సహాయాన్ని పొందాయి. మానవ జీవితంలోని సుఖదుఃఖాల వర్ణనల వలననే మానవుని మీద ప్రభావం చూపగల్గుతుందని మన ధార్మికవేత్తలు ఈ విషయాన్ని గమనించి మానవ జీవిత సంబంధమైన అనేక కథలు, సంఘటనలు లిఖించారు. అవి ఈ ఇరవయ్యో శతాబ్దంలో కూడ మనకు ఆనందాన్ని కలుగజేస్తున్నాయి. బుద్ధుని జాతక కథలు, యూదుల ధర్మ గ్రంథాలు, ఖురాను మొదలైనవన్నీ మానవ సుఖదుఃఖ సంబంధమైన కథలతో నిండివున్నాయి. ఆ కథల మీద మన ధర్మాలన్నీ స్థిరపడి వున్నాయి. ఆ కథలే ధర్మాలకు 'ఆత్మలు'. ఆ కథలను తొలగించితే ధర్మాలే నాశనమౌతాయి. ధర్మ ప్రవర్తకులు కారణం లేకుండానే ఈ కథలను ఆశ్రయించారా? అనే ప్రశ్న ప్రతివాళ్ళకు కల్గుతుంది. హృదయ స్పందనల ద్వారానే ప్రజల ఆత్మల వరకు తమ సందేశాన్ని అందచేయగలమని వాళ్ళు గమనించారు. వాళ్ళు స్వయంగా విశాల హృదయాలు కలవాళ్లు కనుకనే మానవ జీవితాలతో తమ ఆత్మలను మేళవించారు. సమస్త మానవజాతితో వాళ్ళకు సంబంధముంది. అటువంటి సమయాలలో వాళ్లు మానవ చరిత్రను ఎలా ఉపేక్షించగలరు?

ఆదికాలం నుంచి కూడ మానవునికి అతి సమీపంలో వున్న వస్తువు మానవుడే. మనము ఎవరి సుఖదుఃఖ మర్మాలను తెలుసుకో గల్గుదుమో వారితోనే మన ఆత్మ సంబంధము ఎక్కువగా వుంటుంది. విద్యార్థికి విద్యార్థి జీవనంతోను, వ్యవసాయదారునికి వ్యవసాయ జీవనంతోను తప్ప మిగిలిన వాటికి విముఖత వుండటానికి కారణమిదేనేమో, కాని సాహిత్య జగత్తులో అడుగిడగానే ఈ భేదభావము రూపుమాసిపోతుంది. అపుడే మన మానవత్వం విశాల దృక్పథంలో ఇమిడి సమస్త మానవజాతి మీద అధికారం పొందగల్గుతుంది. కేవలం మానవజాతే కాదు, చరాచరాలు, జడ చేతనాలు కూడ అతని అధికారంతో నిలువగల్గుతాయి. విశ్వ ఆత్మసామ్రాజ్యం మీదే అతడు రాజరికాన్ని స్థాపించగల్గుతాడు. శ్రీరామచంద్రుడు రాజు అయినప్పటికీ ఇప్పుడు కూడ రాజుకాడు. పేదవాడు కూడ అయన దుఃఖ ప్రభావానికి లోనౌతున్నాడు. సాహిత్యం పశువులలోను, బండరాళ్ళలోను, వృక్షాలలోను కూడ ఆత్మైక్యతను చూపే గారడికర్రలాంటది. మానవ హృదయ జగత్తు ప్రత్యక్ష జగత్తువలె వుండదు. మనము మనుష్యులమగుట వలన ప్రపంచ ప్రాణులన్నిటికంటె ఉత్తమంగా భావించుకొని వాటి సుఖదుఃఖాలతోను, హర్ష విషాదాలతోను విచలితులవుతాము. మన స్నేహితులతో గాని, బంధువులతో గాని పూర్తి భావాలు గ్రహించలేము గనుకనే వాళ్ళతో అతి సమీపంలో మనం జీవించలేము. కాని వాళ్ళ మనసులు మన ఎదుట దర్పణాలవలె నిలబడతాయి. వాళ్ళ అంతఃకరణలలో మనము

స్వతంత్రంగా ఆలోచించే అవకాశము కల్పించే ప్రాణులు మనకు జీవితంలో ఎక్కడ లభిస్తారు? తన భావాలతో ఆదర్శాలను నింపి ఆత్మైక్యాన్ని సాధించి అన్ని ప్రాణుల భావాలు తన భావాలే అనుకొనేవాడే నిజమైన సాహిత్యకారుడు.

సాహిత్యకారుడు కాల ప్రభావానికి లోనవుతాడు. దేశంలో ఉవ్వెత్తున లేచే తరంగాలను ఎదుర్కొని అవిచలితుడుగా వుండటం అసంభవము, ఆ సమయాలలో సాహిత్యకారుని విశాలమైన ఆత్మ తన బంధువుల కొరకు రోదించుతుంది. ఆ రోదనలో కూడ అతని విశాల దృక్పథం ఇమిడి వుంటుంది. అతడు ఒక దేశానికి చెందినవాడైనప్పటికీ సర్వ ప్రపంచాన్ని గురించి చింతిస్తాడు. "టామ్ బాబాయి కుటీరం' (Uncle Tom's Cabin) అనే పుస్తకం బానిసత్వాన్ని చూచి వ్యథ పొందిన హృదయంచే వ్రాయబడింది. ఆ బానిసత్వపు పద్ధతులన్నీ అంతరించిపోయాయి. అయినప్పటికీ ఇప్పుడు కూడ ఆ పుస్తకాన్ని చదివి ఆనందించే విశాల దృక్పథం అందులో వుంది. నిజమైన సాహిత్యమెప్పుడూ అడుగున పడిపోదు. అది ఎప్పటికప్పుడు క్రొత్తగానే వుంటుంది. ఆధ్యాత్మిక, విజ్ఞానం-ఈ రెండు కాలానికనుగుణంగా మారిపోతూ వుంటాయి. కాని సాహిత్యము హృదయ సంబంధమైన వస్తువు కాబట్టి దానిలో మార్పులు రావు, అంటే మానవ హృదయంలో మార్పులు వుండవు. హర్షశోకాలు, క్రోధ ద్వేషాలు, ఆశాభయాలు, విస్మయము ఆదికవి వాల్మీకి కాలంలో ఏ పరిస్థితులలో వున్నాయో ఇప్పుడు కూడ అలాగే వున్నాయి. ఇకముందు కూడ స్థిరంగా అలాగే వుంటాయి. రామాయణం వ్రాసిన కాలం ఇప్పటిది కాదు, భారతం వ్రాసిన కాలం ఇప్పటిది కాదు- రెండు కాలాలు గడిచిపోయాయి. అయినప్పటికి ఆ రెండు గ్రంథాలు ఇప్పుడు కూడ ప్రతివాళ్ళకు క్రొత్తగానే వుంటున్నాయి. సాహిత్యమే నిజమైన చరిత్ర ఎందుకంటే దేశాన్ని గురించి, కాలాన్ని గురించి సాహిత్యములో చిత్రించిన విధంగా మరే చరిత్రలోను చిత్రించలేరు. సంఘటనలు వర్ణించబడిందీ, రాజుల యుద్ధాల గురించి వ్రాయబడిందీ చరిత్ర కాదు. జీవితంలోని విభిన్న అంగాల వికాసాన్ని గురించి తెలిపేదే చరిత్ర. జీవితం మీద సాహిత్యం తప్ప మరి యేయితర వస్తువు కూడ వెలుగు ప్రసరింప చేయలేదు. ఎందుకంటే సాహిత్యం దేశపరిస్థితికి ప్రతిబింబంగా అగుపడ్తుంది.

జీవితంలో సాహిత్యం ఎంతవరకు వుపయోగపడ్తోంది అని అప్పుడప్పుడు సందేహం కల్గుతుంది. విద్యావంతుడైనా కాకపోయినా స్వభావ సిద్ధంగా మంచి వాడయితే వాళ్ళు ఎల్లప్పుడు అలాగే వుంటారనే విషయాన్ని గురించి కొందరు నమ్ముతారు. అదే విధంగా ఎంత విద్యావంతుడైనప్పటికి స్వభావసిద్ధంగా చెడ్డవాడయితే వాళ్ళను మార్చేవారుండరని కూడ అనుకుంటారు. ఈ విషయాలలో నిజం చాల తక్కువ పాళ్ళలో

వుంది. దీనిని నిజం అని ఒప్పుకోవాలంటే మానవశీలాన్నే మార్చవలసి వుంటుంది! అందంగా వున్న వస్తువు పట్ల మానవుడు సహజంగా ఆకర్షితుడవుతాడు. మనమెంత సౌందర్య హీనులమయినప్పటికీ సౌందర్యహీనంగా వున్న వస్తువుల పట్ల ఆకర్షణ కలుగదు. మనమెన్ని దుర్మార్గాలు చేసినప్పటికీ మన హృదయాల మీద కరుణ, దయ, ప్రేమ, భక్తుల ప్రభావాలు తప్పక చూపిస్తాయి. ఢిల్లీలో హత్యాకాండ జరిపిన "నాదిర్‌షా' కన్న నిర్దయుడయిన మానవుడు ఇంకెవరూ వుండరు. కాని ఒక చిన్న విషయానికి లొంగిపోయి అతడు తన హత్యాకాండను ఆపివేశాడు. చక్రవర్తి దగ్గరవుండే వజీర్ స్వతఃరసికుడు. నాదిర్‌షా కోపం తగ్గనంతవరకు ఢిల్లీలో ప్రవహించే రక్త ప్రవాహం, ఆగదని అతడు గమనించాడు. చక్రవర్తి ముందుకు వెళ్ళాలంటే ప్రాణాలతో చెలగాటమని తెలిసినప్పటికీ అతడు ప్రాణాలను గుప్పిటలో బిగించి చక్రవర్తి ముందుకువెళ్ళి 'నీ ప్రేమ కరవాలం ఇప్పటి వరకు ఎవరినీ ప్రాణాలతో వదలిపెట్టలేదు. ఇప్పుడు నువ్వు చంపాలంటే ఎవరూ బ్రతికిలేరు కాబట్టి ఆ చనిపోయిన వాళ్ళను బ్రతికించి మరల చంపటం మొదలుపెట్టు అని అర్థం వచ్చే ఒక 'కవిత' చదివాడు. ఇది ఫారసీ కవితలోని ఒక శృంగార విషయానికి సంబంధించిన కవిత. దీనిని వినగానే హంతకుని హృదయంలో మానవత్వం జన్మించింది. ఈ కవిత ఆ హత్యాకారుని హృదయంలో అత్యంత కోమల భాగాన్ని స్పర్శించేసరికి హత్యాకాండను ఆపివేశాడు. నెపోలియన్ జీవితంలో కూడా ఇటువంటి సంఘటన ఒకటి జరిగింది. ఒక ఇంగ్లీష్ దేశ నావికుడు చిన్న బోటు మీద సముద్రం దాటి వెళ్తూవుండటం నెపోలియన్ కంటబడింది. వెంటనే అతడు నెపోలియన్ ముందు హాజరు పెట్టబడ్డాడు. అతన్ని చూచి "ఆ పాడుబడిన బోటులో ఎందుకు పారిపోవటానికి ప్రయత్నించావు?" అని నెపోలియన్ అడిగాడు. 'నా వృద్ధమాత ఇంటి వద్ద ఒంటరిగా వుంది. ఒకసారి చూచిరావాలని వుంది' అని అతడు జవాబిచ్చాడు. నెపోలియన్ కళ్ళలో నుండి అశ్రు బిందువులు జలజలరాలినాయి. మానవుడిలో వున్న కోమల భాగం స్పందించింది. వెంటనే ఆ నావికుడ్ని ఫ్రెంచి నౌక మీద ఇంగ్లండు పంపించాడు. మానవుడు సహజంగా దైవంతో సమానమైన లక్షణాలు కల్గివుంటాడు. కాని కాల ప్రభావానికి, చెడు పరిస్థితులకు వశీభూతుడై తన దైవత్వాన్ని పోగొట్టుకుంటాడు. సాహిత్యం ఈ దైవత్వాన్నే యథాస్థానంలో ప్రతిష్టింప చేయటానికి కృషి చేస్తుంది. ఉపదేశాల ద్వారాగాని, నీతుల ద్వారాగాని, అటు కృషి చేయదు. మనలోవున్న భావాలను స్పందింపచేసి కోమల భాగాలను స్పృశించి ప్రకృతితో సంబంధాన్ని పెంపొందించి దైవతుల్యులుగా చేయటానికి ప్రయత్నిస్తుంది. మన సభ్యత సాహిత్యము మీదే ఆధారపడి వుంటుంది. మన జీవితమంతా, చివరకు

మనము కూడా సాహిత్యము ద్వారానే నిర్మింపబడ్డాము. విశ్వ ఆత్మలలోనే ఆత్మకూడా ఇమిడి వుంటుంది. ఆ ఆత్మ ప్రతిధ్వనే సాహిత్యం. యూరప్ సాహిత్యాన్ని తీసుకుంటే అనేక సంఘర్షణలు, హత్యాకాండలు, రహస్య పరిశోధనలు అగుపడ్తాయి. సంస్కృతి అంతా ఉన్మత్తతతో మరుభూమిలో జలాన్ని అన్వేషించినట్లుగా వుంటుంది. అటువంటి సాహిత్యము వలన వ్యక్తిగత స్వార్థపరాయణత మాత్రం రోజురోజుకూ పెరిగిపోతుంది. ధనాశకు హద్దులులేవు. ఎప్పుడూ హత్యలు, యుద్ధాలు- వీటితో నిండిపోతుంది. ప్రతి వస్తువూ స్వార్థంతో తూచినట్లుగా వుంటుంది. ఒక యూరోపియన్ ఉపదేశాలు విని దీనిలో స్వార్థం దాగివుండలేదా అని అనుమానం కల్గుతుంది. సాహిత్యం సామాజిక అదర్శాలకు ప్రతి బింబం. ఆదర్శం భ్రష్టమయితే సమాజం నాశనమవటానికి ఎక్కువ రోజులు పట్టవు. క్రొత్త సభ్యత అవలంభించిన రెండు వందల యాభై సంవత్సరాలకే విసిగిపోయాము. దానిని అభివృద్ధి పరచి పునఃస్థాపించే వస్తువు ఏదీ లేదు. ఒక మార్గం ద్వారా వెళ్తూ ఇది చాల చెడ్డది, అని అనుకొనేవాడి పరిస్థితి ఎలా వుంటుందో ఆ సభ్యత పరిస్థితి కూడా అలాగే వుంది. కాని ఇప్పటికే చాలా దూరం వచ్చేశాము. ఇప్పుడు తిరిగి వెళ్ళే సామర్థ్యము మనలోలేదు. అందువలన ముందుకే సాగిపోవాలి. ఘోరసముద్రాలు ఎదురు వచ్చి తమ తరంగాల తాకిడితో నాశనం చేయటానికి యత్నించినా సరే ముందుకు పోతూనేవుంటాము. మనలో నైరాశ్యపు బలమే వుంది కాని ఆశాబలం లేదు. మనలోవున్న త్యాగం, దానగుణాలే భారతీయ సాహిత్య ఆదర్శాలు. యూరప్‌లో ప్రతివాడూ లక్షాదికారిగాని, కంపెనీలకు మేనేజరుగాని అనేక సొసైటీలు స్థాపించిన గాని కృతార్థుడనవుతానని అనుకొంటాడు. కాని భారతదేశంలో మాయా బంధనాల నుంచి విముక్తి పొంది, భోగానికి మోహానికి దూరంగా వున్నపుడే కృతార్థుడనయ్యాననుకుంటాడు. దేశంలోని విలువైన సంపద అంతా సాహిత్యాదర్శాల మీద ఆధారపడి వుంటుంది. వ్యాసుడు, వాల్మీకి సృష్టించిన ఆధర్శాల వలన భారతదేశం ఇప్పుడు కూడా గర్వించుతోంది. రాముడు-వాల్మీకి సృష్టించినమూసలో నిలువలేకపోతే అసలు రాముడే వుండే వాడుకాదు. అదే విధంగా సీతకూడ ఆ మూసలోనే ఇమడి సీతగా నిలబడగల్గింది. ఇటువంటి పాత్రలను మనం సృష్టించలేము. ప్రపంచానికంతకు ఒక్క ధన్వంతరే వున్నప్పటికీ వైద్యుల ఆవశ్యకత ఎల్లప్పుడూ వుంటుంది.

ఎక్కువ వుపయోగాలు వుండే వస్తువులను సృష్టించే కర్తల బాధ్యతలు తక్కువేమీ వుండవు. కలము చేతిలోకి తీసుకోగానే మన నెత్తిమీదకు పెద్దబరువైన బాధ్యత వచ్చిపడిందన్న మాట. సహజంగా యవ్వనంలో మన దృష్టి విధ్వంసకర విషయాల మీదకు వెళ్తుంది. వాటిని సంస్కరించటానికి ఉద్రేక పద్ధతులను అవలంబిస్తాము. యదార్థవాద

ప్రవాహంలో మునిగిపోతూవుంటాము. సంఘంలోవున్న చెడులను కూడా నగ్నంగా చిత్రించటానికి సిద్ధపడతాము. ఒక భవనాన్ని పడగొట్టి క్రొత్త భవనం కట్టడం సంభవమేకావచ్చు. పూరాతన ఆచార వ్యవహారాలను రూపుమాపితే సాహిత్యం అని చెప్పబడదు, సాహిత్య మర్యాదలను పాటించేదే సాహిత్యము. తరచుగా మనము సాహిత్య మర్యాదలను తెలుసుకోకుండా వ్రాయటం మొదలుపెడ్తాము. భావగంభీరమైన, కఠినమైన భాషను ప్రయోగించటమే సాహిత్యమని అనుకుంటాము. భాష కూడా సాహిత్యంలో ఒక అంగమే. కాని అది సాహిత్య నిర్మాణానికి తోడ్పడుతుంది కాని సాహిత్య వినాశనానికి అవకాశము కల్పించదు, మానవ చరిత్రలోవున్న అంధకారాన్ని చూపించదు, వెలుగునే చూపిస్తుంది. సామాన్యంగా భవనాలను పడగొట్టే వాడిని ఇంజనీర్ అని ఎవ్వరూ అనరు. ఇంజనీర్ అంటే నిర్మాణానికి తోడ్పడాలి. మనలో సాహిత్యసేవే తమ జీవితధ్యేయంగా పెట్టుకున్న యువకులు ఆత్మనిగ్రహం కల్గివుండాలి. ఎందుకంటే తనకు తానే ఒక ఉన్నత పదవిని నిర్మించుకుంటున్నాడు. అది సామాన్యంగా అన్ని పదవుల కంటే ఉన్నతమైనది. దీని కొరకు ఉన్నత విద్యలు, డిగ్రీలు చాలవు. మనస్సాధన, సౌందర్యారాధన, తత్వజ్ఞానం, నిగ్రహం మొదలైన వాటిని గురించే క్షుణ్ణంగా తెలుసుకోవాలి. సాహిత్యకారుడు ఎప్పుడూ ఆదర్శవాదిగా వుండాలి. భావాలను కూడ పరిమార్జితంగా వుంచాలి. మన సాహిత్యవేత్తలు ఈ ఆదర్శాలను కల్గివుండకపోతే మన సాహిత్యం శుభం చేకూరుస్తుందనే ఆశ వుండదు. అమర సాహిత్యాన్ని రచించే వాళ్ళు విలాసప్రవృత్తులు కల్గివుండరు. వ్యాసుడు, వాల్మీకి ఇద్దరూ కూడా తపస్వులేసూరదాసు, తులసీదాసులు సాహిత్య సేవ చేస్తూ విలాసంలోకి ఎప్పుడూ జారలేదు. కబీరుదాసు కూడ గొప్ప తపస్సంపన్నుడు. నేటి మన సాహిత్యం ఔన్నత్యం పొందలేదంటే కారణం సాహిత్య నిర్మాణానికి తగిన ఏర్పాట్లు చేయలేదన్నమాట. ఏవో రెండు మూడు మందుల పేర్లు గుర్తుపెట్టుకొని వైద్యుడయి నంతమాత్రాన ప్రయోజనము ఏమీలేదు. సాహిత్యం ఔన్నత్యం పొందితేనే దేశం ఔన్నత్యం పొందుతుంది. మనలో నిజమైన సాహిత్యవేత్తలు, తపస్సంపన్నులు, ఆత్మజ్ఞానులు ఉద్భవించాలని భగవంతుని ప్రార్థించుదాము.

సాహిత్యానికి ఆధారము

సాహిత్యానికి జ్ఞానముతోకన్న భావాలతోనే ఎక్కువ సంబంధముంది, జ్ఞానానికి ఆధ్యాత్మికం, విజ్ఞానం, నీతి మొదలైనవి నిలువ కల్గాయి. భావాలకు కవిత, నవల, గద్యకావ్యము మొదలైనవి వస్తువులుగా వుంటున్నాయి.

విమర్శన కూడ సాహిత్యములోని ఒక అంగమే అని అంటున్నారు కాబట్టే సాహిత్యంలో దానికి ప్రత్యేకస్థానం కల్పించారు. సాహిత్య ప్రవాహంలో వేగానికి అడ్డుగానిలచే వస్తువు సమ్మిళతమయినట్లయితే సాహిత్యమంతా దోషపూర్ణమైపోతుంది. అదేవిధంగా సంగీతంలో అపస్వరం వినబడితే దానిలోని మాధుర్యమంతా చెడిపోతుంది. జ్ఞానానికి, మనోభావాలకు గల భేదం కల్పన అనే అనుకోవాలి. చింతన, తులన,జ్ఞానము, ప్రేమ, భక్తి, ఆనందము, కృతజ్ఞత, నిర్ణయము మొదలైనవన్నీ భావాలు. ఈర్ష్య, గర్వము, ద్వేషము, మాత్సర్యము మొదలైనవన్నీ మానసిక వికారాలు. శిల్పి తెలుపును ఇంకా తెలుపుగా చేయటానికి నీలం రంగును వుపయోగించుకుంటాడు. అదే విధంగా సాహిత్యకారుడు కూడ భావాలను తీవ్రంగాను ఆనందవర్ధకంగాను తయారు చేయటానికే పైవాటి సహాయాన్ని పొందుతాడు. మన సత్యభావాల ప్రకాశమే ఆనందము. అసత్య భావాల ద్వారా దుఃఖమే కల్గుతుంది. కొంత మందికి అసత్య ప్రవర్తనలలోనే ఆనందము కల్గుతుంది. హింస వలన, పరధనాపహరణవలన, స్వార్థ ప్రవర్తనవలన వాళ్ళు ఆనందం పొందుతారు. కాని ఆ భావాలు మనసులో సహజంగా వుండేవి కావు. దొంగకు వెలుగుకంటే చీకటే ఎక్కువ ఇష్టము. అయితే దాని వలన వెలుగు గొప్పదనము ఏమీ క్షీణించిపోదు. అసత్య భావనలపట్ల ఆకర్షణ లేకుండా వుండుటవలననే మన మానసిక భావాల ఏకత స్పష్టమౌతుంది. సత్యభావనల ద్వారానే మనం ఇతరులతో ఐక్య మత్యం స్థాపించుకోవచ్చు. ప్రేమ అన్యులతో పారస్పరిక స్నేహాన్ని వృద్ధి చేస్తుంది. అహంకారము వేరు చేయడానికి ప్రయత్నిస్తుంది. తనలో అహంకారాన్ని పెంచుకొనేవాడు ఇతరులతో స్నేహం ఎలా చేయగల్గుతాడు? అందువలన ప్రేమ సత్యభావనగాను, అహంకారము అసత్యభావనగాను పరిగణించవచ్చు. ప్రకృతితో స్నేహం చేయటమే జీవితానికి ఆనందం, ప్రేమ పరిధులు విస్తృతంగావున్న జీవితాలు ఆదర్శవంతంగా నిలబడతాయి.

సాహిత్యం భావోత్కర్ష వలన సృష్టించబడితే దానికి తప్పకుండా ఆధారము వుండితీరాలి. బాహ్య వస్తువులతోనూ, బాహ్య ప్రాణులతోను మనకు అంతఃకరణల సంబంధము కలుగకపోతే జాగృతి కలుగదు. భక్తి ప్రదర్శించడానికి ప్రత్యక్షవస్తువు అవసరము. దయా ప్రదర్శనకు కూడా ప్రత్యక్షపాత్ర అగుపించాలి. చివరకు ధైర్యానికి, సాహసానికి కూడ సహకారం కావాలి. అంటే మన భావాలను మేల్కొలపటానికి బాహ్యవస్తువులతోను, ప్రాణులతోను సంబంధం పెంపొందించుకోవాలి. బాహ్య ప్రకృతి ప్రభావం మన మీద చూపలేకపోయినా, పుత్రశోకంతో విలపిస్తున్న మాతృమూర్తిని చూచి కన్నీటి బిందువులు విడువలేక పోయినా, ఆనందోత్సవములో పాల్గొని ఆనందించలేకపోయినా మనం నిర్యాణం చెందామనే చెప్పుకోవాలి. అటువంటి పరిస్థితులకు సాహిత్యంలో ఏమీ విలువ వుండదు. లోకంలో వున్న సుఖదుఃఖాలలో భాగం పంచుకుంటూ ఇతరులలో కూడ సుఖదుఃఖాల అనుభూతులను కలుగచేయగల్గినవాడే నిజమైన సాహిత్యకారుడు. స్వయంగా దుఃఖం అనుభవించుటవలననే పని పూర్తికాదు. ఆ దుఃఖాన్ని ప్రకటించే సామర్థ్యం కల్గినప్పుడు మాత్రమే సాహిత్యకారుని లక్ష్యము నిలువగల్గుతుంది. కాని పరిస్థితులు మానవుణ్ని వివిధ దశలలోనికి విసిరివేస్తాయి. మానవుడి భావనలలో సమానతవున్నప్పటికీ పరిస్థితులలో మాత్రం భేదముంటుంది. మనము తీపి కావాలనుకుంటాము. అయితే అది చెరుకులోను, ఖర్జూరంలోను, బీటు దుంపలలోను కూడ లభిస్తుంది. రైతులతో పాటు జీవించే అవకాశము మనకు లభిస్తే వాళ్ళ సుఖదుఃఖాలను పూర్తిగా అర్థం చేసుకుని మన తీవ్రతర భావాలకనుగుణంగా వాళ్ళ ప్రభావానికి లోనౌతాము. అటువంటి పరిస్థితులే మిగిలిన విషయాలలో కూడా కల్గుతాయి. అయితే సాహిత్యకారుడు రైతునుగాని, కార్మికుణ్నిగాని, లేదా విప్లవాన్నిగాని, తీసుకొని 'ప్రాపగాండా' చేయకూడదు. సాహిత్యానికి ప్రాపగాండకు భేదం తెలుసుకోవాలి. ప్రాపగాండలో ఆత్మవిజ్ఞాపన లేనట్లయితే కొన్ని సాధనాల లక్ష్యం లేకుండా ప్రత్యేక ఉద్దేశాల సంపూర్తికి ఉత్సాహం కల్గుతుంది. సాహిత్యం అందరకు ఆనందం అందించే శీతలమంద సమీరం లాంటిది. ప్రాపగాండా చీకటి లాంటిది. అది కళ్ళల్లో దుమ్ము విసురుతూ పచ్చని వృక్షాలను కూడా మ్రోడులుగా చేస్తుంది. అంతేకాదు ధనవంతుని భవనాలను, పేదవాని గుడిసెలను కూడా పెకలించివేస్తుంది. ప్రాపగాండా రసవిహీనం కాబట్టి ఆనందం చేకూర్చలేదు. తెలివిగల సాహిత్యకారుడు దానిలో సౌందర్యాన్ని, రసాలను సృష్టించగల్గితే అది కూడా సాహిత్యంగా మారిపోతుంది. 'అంకుల్ టామ్స్ కేబిన్' అనే పుస్తకం బానిసత్వానికి విరుద్ధంగా ప్రాపగాండా చేసింది. అయితే మాత్రం దానిలో ప్రతిశబ్దం

రసభరితం కాబట్టి సాహిత్యంగానే పరిగణిస్తున్నాము. బెర్నార్డ్‌షా నాటకాలు, వెల్సు నవలలు, గాల్సువర్దీ డ్రామాలు, నవలలు, డికెన్సు, మేరికోరెల్లి, రోమారోలా, టాల్‌స్టాయ్, చెస్టర్ టన్, డాస్టవిస్కీ, గోర్కీ, సింక్లెయర్ మొదలైనవాళ్ళ రచనలన్నీ ప్రాపగాండా సాహిత్యంతోను మిళితమై వుంటాయి. శుష్క విషయాలను ప్రకటించేది ప్రాపంగాండా. ఆనందభూతి కల్గించేది సాహిత్యం. సాహిత్యకారుడు ప్రత్యేక విషయాల మీద ఆసక్తి ఎందుకు చూపుతాడో మనము గమనించలేము. ఆ ఆసక్తి అతని అభిరుచులకు, పరిస్థితులకు కల్గిన పారవశ్యం. ఆ ఆసక్తులు మనకు గీటురాళ్ళ వంటివి. అది మనల్ని సత్యానికి, సౌందర్యానికి సమీపంగా తీసుకువెళ్ళితే నిజమైన సాహిత్యం లేదా ప్రాపగాండా; ప్రాపగాండానే కాదు అంతకంటే నికృష్టం కూడ.

ఒక రచయితను విమర్శించేటప్పుడు మన అభిరుచులను దృష్టిలో వుంచుకుంటాము. రచయితల్ని గురించి అభిప్రాయాలు వెలిబుచ్చటానికి మనకు అధికారం వుంది. అయితే అతడు వ్రాసిన రచనల ద్వారానే అతని పట్ల మనం అభిప్రాయాన్ని వ్యక్తం చేయాలి. రచయిత ప్రతిశబ్దంలోను అగుపడినప్పటికీ, ప్రతి వాక్యంలోను తన అభిప్రాయాలను వెల్లడించినప్పటికీ దానిలో రస పవాహం, భావనల ఉత్కర్ష లోపించితే అది నిజమైన సాహిత్యం కాదు. అంతేకాదు, బాహ్య ప్రకృతితో మన సంబంధాన్ని పెంపుచేసి మనల్ని సత్యము, సౌందర్యాలవైపు ఆకర్షించునట్లు చేయకల్గునదే సాహిత్యం. కేవలం ఆలోచనలను, ఆధ్యాత్మికతను ఆధారంగా తీసుకుని వ్రాస్తే శుష్క గ్రంథాలన్నీ సరస సాహిత్యమని ఎవరూ గమనించరు. సామాజిక ఆందోళనలనుగాని, సామాజిక అత్యాచారాలను గాని ఆధారంగా తీసుకొని వ్రాసే సాహిత్యమంతా ప్రాపగాండాగానే లెక్కించుతారు. అదే విధంగా తాత్విక చింతనతో గాని, ఆధ్యాత్మిక అనుభూతులనుగాని ఆధారంగా తీసుకొని వ్రాసేది కూడా ప్రాపగాండాగానే జమకడ్తారు. రసస్రవంతుల నుండి చీలిపోయినప్పుడే సాహిత్యపు విలువలు కోల్పోయి ప్రాపగాండాగా పరిగణించబడుతోంది. ఆస్కార్ వైల్డ్ రచనలు, షా రచనలు భావనలతో నిండివున్నాయి. కాని రసాలు మాత్రం లోపించాయి. రామాయణంలో భావనల వ్యక్తీకరణ, ఆధ్యాత్మిక విమర్శనలు నిండి వుంటే సాహిత్యమని తలచేవాళ్ళమేకాదు. కాని అందులోని ప్రతి అక్షరము సౌందర్యంలోను, రసాలలోను మునిగి తేలుతోంది. అంతేకాదు ప్రేమ, త్యాగం, బంధుప్రీతి, స్నేహ సామరస్యత, సాహసం మొదలైన మనోభావాలను సంపూర్ణ రూపం చూపే చరిత్ర, ఆత్మ తనలో వున్న అపూర్ణత్వానుభవాన్ని గ్రహించి పూర్ణత్వాన్ని పొందినపుడే ఆనందం చరమసీమ వరకు చేరగల్గుతుంది.

సామాన్యంగా అపుడపుడు ఒక రచయిత రచనలలో ప్రాపగాండాగా నిలచిన విషయము మరొక రచయిత రచనలలో సాహిత్యంగా మారటం జరుగుతూ వుంటుంది. రచనలన్నీ రచయిత వ్యక్తిత్వం మీద ఆధారపడివుంటాయి. మన రచనలో మనము అగుపడ్తూ ప్రతిభావనలోను ఆత్మప్రకాశ సందేశాన్ని అందజేస్తూవుంటే పాఠకుడు ఆనందానుభూతి పొందుతాడు. మనలో వున్న ఆసక్తులను రచనలో వ్యక్తీకరించాలి. విశ్వ బంధుత్వాన్ని దృష్టిలో వుంచుకొని సాహిత్యాన్ని సృష్టించే రచయిత తన తుచ్ఛస్వార్థం కొరకు నడుం బిగించితే అంతకుముందు ప్రకటించిన అతని ఆదర్శాలను ఏ పాఠకుడు కూడ గమనించడు. ఆ విశ్వబంధుత్వ సౌరభ్యంలో కృత్రిమతా గంధం మేళవించకూడదు. పాఠకుడు అన్నింటిని క్షమించగలడుగాని, రచయితలోవున్న కృత్రిమాన్ని, నటనను, కీర్తిలాలసను మాత్రం క్షమించలేడు. రచయిత పట్ల పాఠకుడికి ప్రత్యేక శ్రద్ధ వున్నట్లయితే అతని భావనలను, ఉపదేశాలను, నీతులను ఆధ్యాత్మికతను అనుకరించి వాటిలోనే సౌందర్యానందం పొందుతాడు. అందువలననే రచయిత వ్యక్తిత్వం మీదే రచనలు ఆధారపడివుంటాయి. రచయితతో పరిచయంలేనప్పటికి అతని రచనలలో సౌందర్యసృష్టి అగుపడితే ఆనందం పొందకుండా వుండలేము. సాహిత్యానికి ఆధారము భావసౌందర్యమే. మిగిలినవన్నీ సాహిత్య ఆధారం మాత్రం కావు.

కథా రచన

కథలు వ్రాయటం ప్రాచీన కాలం నుంచి జరుగుతోంది. ధర్మగ్రంథాలలో మనకు అనేకమైన దృష్టాంత కథలు అగుపిస్తాయి. ఆ కథలు చిన్నవిగావున్నప్పటికీ ఉన్నతాదర్శాలు కల్గివున్నాయి. ఉపనిషత్తులలో, రామాయణ, మహాభారతాలలో, బుద్ధుని జాతక కథలలో, బైబిల్‌లో ఈ చిన్న చిన్న కథల సృష్టి ద్వారా మానవ హృదయాల మీద నైతికంగా మార్పు తెస్తూ వున్నారు. జ్ఞాన, తత్వ విషయాలు చాలా తేలిక పద్ధతిలో అర్థమయ్యే విధంగా తెలియజేస్తున్నారు. కాని ప్రాచీన ఋషులు మాత్రం ఈ దృష్టాంతర కథల ద్వారా ఆధ్యాత్మిక, నైతిక తత్వాలను గురించి వర్ణించేవారు. అపుడు వాళ్ళ ఉద్దేశము కేవలము మనోరంజనము కాదు. ఆ గ్రంథాలలో వున్న రూపకాల వలన బైబిల్‌లోని దృష్టాంత కథల వలన అప్పటి ప్రజలు తమ శక్తి కంటే కూడా చాల అధికమైన పనులు నిర్వహించేవారని తెలుస్తోంది. అప్పటి విరుద్ధకల్పన, మౌలిక నిరూపణ, ఉద్వేగ రచనా శైలి చూచి వర్తమాన సాహిత్యకారుడు ఆశ్చర్యపడతాడు. ఇప్పుడు కథ అంటే అర్థం చాలా విస్తృతంగా వుంది. ప్రేమ కథలు, డిటెక్టివ్ కథలు, యాత్రావిషయాలు, విజ్ఞాన విషయాలు, అద్భుత ఘటనలు- ఇవన్నీ కథలగానే పరిగణిస్తున్నారు. 'ఓ యూరప్ విమర్శకారుడు పదిహేను నిముషాలలో చదివి పూర్తి చేయటానికి ఉపయోగపడేది కథ' అని అంటాడు. ఆ విమర్శకారుని ప్రకారము ఆలోచించి మనవాళ్ళు కథలో ఆదర్శాలను, ఉద్దేశాలను రూపుమాపే పరిస్థితికి వచ్చారు. ఆదర్శాలు కల్గిన చిన్న సంఘటనే కథ.

కథల ద్వారా నైతిక ఉపదేశాలు ఇచ్చే పద్ధతి ధర్మగ్రంథాలలోనే కాకుండా సాహిత్య గ్రంథాలలో కూడ అగుపడ్తోంది. కథాసరిత్సాగరము దీనికి ఉదాహరణ. కొంత కాలానికి అనేక చిన్నచిన్న కథలను ఒక గొలుసు వలె వరుసగా కూర్చటం జరిగింది. విక్రమార్కుని సింహాసనం కథలు మొదలైనవి ఈ జాతికి చెందినవే. వీనిలో చర్చించబడిన నైతిక, ధార్మిక సమస్యలు పాఠకులు అర్థం చేసుకోకుండా వుండలేరు అరబ్బీలో "సహస్రరజనీ చరిత్ర" కూడ కథల సంపుటే. కాని ఇందులో ఏ ఆదర్శం చూపే ప్రయత్నం మాత్రం చేయలేదు. ఇందులో అన్ని రసాలను ప్రవేశపెట్టారు. అద్భుత రసానికి ప్రాధాన్యత ఇచ్చారు

కాని, అందులో ఆదర్శాన్ని చూపే ప్రయత్నం ఏ విధంగాను చేయలేదు. కొన్ని ఆదర్శాలను తీసుకొని మన దేశంలో "శుకసప్తతి" కథలు వ్రాశారు. ఇందులో స్త్రీల సమస్యలు, మూర్ఖత్వాలను గురించి ఎక్కువగా చర్చించారు. పశు, పక్షి కథల ద్వారా ఉపదేశించే పద్ధతిని యూనాన్‌లో ఈసఫ్ అనే ఆయన కనిపెట్టారు.

మధ్యయుగం కావ్యాలు నాటక రచనలకు ఆధారమైనవి. అందువలన కథల పట్ల ఎక్కువ ఆసక్తులు చూపలేదు. ఆ సమయంలో ఎక్కువగా భక్తి సంబంధమైనవి, రాజుల గొప్పతనాన్ని వర్ణించేవి కావ్యాలుగా నిలబడ్డాయి. అటువంటి సమయంలోనే షేక్ సాథీ ఫారసీలో "గులస్తాబోస్తా" అనే కథల సంగ్రహాన్ని అందజేశాడు. కొన్ని ఆదర్శాలను మన ముందుంచి చాల మనోహరంగా క్రొత్త పద్ధతులలో వ్రాసిన ఈ పుస్తకం ప్రేమికుల హృదయాలలో సుమన సుగంధాన్ని నింపి మత్తిల్ల జేస్తాయి. పందొమ్మిదో శతాబ్దిలో సాహిత్యకారుల దృష్టి మరల కథారచన వైపు మళ్ళింది. అప్పటి నుంచి సభ్యతా సాహిత్యంలో కథలకు ప్రత్యేక స్థానం ఏర్పడింది. యూరప్‌లోని అన్ని భాషలలోను కథలు వ్రాయబడ్డాయి. కాని ఫ్రాన్సు, రష్యన్ సాహిత్యంలో వెలువడ్డ కథలవలె మరి ఏ యితర యూరప్ భాషలలోను వెలువడలేదు. ఇంగ్లీషులో కూడ డికెన్సు, వెల్స్, హార్డీ కిప్లింగ్, చార్లట్ బ్రాంటీ మొదలైనవాళ్లు కథలు వ్రాశారు. కాని అవి మొపాసా. బాల్జాక్, పియరోలోత్ కథలతో పోటీపడలేవు. ఫ్రెంచి కథలలో సరసత ఎక్కువపాళ్ళలో వుంటుంది. అంతేకాకుండా మొపాసా, బాల్జాక్ మొదలైనవాళ్ళు కథల ఆదర్శాలను తమ చేతుల నుంచి బయటకు జారనీయలేదు. వాళ్ళ ద్వారా సమాజానికి, అనేక ఆధ్యాత్మిక పరిస్థితులు పరిష్కరింపబడ్డాయి. రష్యన్ భాషలో ప్రజాదరణ పొందిన కథలు, ఎక్కువగా టాల్‌స్టాయ్ వ్రాసినవే. ఇందులో చాలా కథలు ప్రాచీన కాలంలో వ్రాయబడిన దృష్టాంత కథలను పోలి వున్నాయి. ఛెకోవ్ కూడా చాలా కథలు వ్రాశాడు. యూరప్‌లో ఆయనకు చాల కీర్తి కూడా వుంది. కాని ఆయన కథలలో విలాసపూరితమైన జీవితాల చిత్రణ తప్ప మరే విశేషత లేదు. డాస్టవిస్కీ నవలలే కాకుండా కథలు కూడా వ్రాశాడు. కాని ఆయన కథలలో మనోదౌర్బల్యాలను ఎక్కువగా చూపాడు. భారతదేశంలో బంకించంద్ర, రవీంద్రనాథ్ ఠాగూర్ మొదలైనవాళ్లు చాల కథలు వ్రాశారు. అవి ప్రజాదరణ పొందాయికూడాను.

కథలోను, నవలలోను ఆకార భేదమే కాకుండా అన్యభేదమేమైనవుందా అనే సందేహం కల్గుతుంది. రెంటికీ చాల భేదముంది. నవల సంఘటనలతోను, పాత్రలతోను, వ్యక్తిత్వాలతోను నిండి వుంటుంది. కథ మాత్రం ఒక సంఘటన. మిగిలిన విషయాలన్నీ

ఆ సంఘటనలోనే ఇమిడి వుంటాయి. నవలలో ఎన్ని ప్రదేశాలనైనా ఎన్నుకోవచ్చు. ఎన్ని పాత్రలనైనా చిత్రించవచ్చు, ఎన్ని దృశ్యాలనైనా వర్ణించవచ్చు. కాని అన్ని సంఘటనలు ఒకే కేంద్రంలో కలసిపోవాలనే నియమం మాత్రం లేదు. నవలలో చాల పాత్రలు మానసిక భావాలను వ్యక్తీకరించడానికే చిత్రించబడతాయి. కాని కథలో ఈ బాహుళ్యము వుండదు. ఒకే సంఘటన కథకు ఆధారంగా వుంటుంది. నవలలో కలాన్ని మీ ఇష్టం వచ్చినట్లు దూకించవచ్చు. రాజనీతిని విమర్శించవచ్చు లేదా వర్ణనలు చాల ఎక్కువగా చేయవచ్చు. కాని భాష సరళంగా వున్నంత వరకు ఎటువంటి అపాయము లేదు. నవలలో ఒక నాట్యమందిరాన్ని గురించి, ఒక సభ గురించి గాని, పది, పదిహేను పేజీలు వర్ణించవచ్చు. కాని కథలో మాత్రం మీరు ఆ సభ ముందుగానే, ఆ నాట్యమందిరం ముందుగానే వెళ్తారు. ఎంత ఉత్సాహం, ఆసక్తి వున్నప్పటికి మీరు వాటివంక చూడకూడదు. కథా హద్దులను దాటి ఒక్క శబ్దాన్ని, ఒక్క వాక్యాన్ని కూడా మీరు అక్కడ వ్రాయకూడదు. అంతేకాకుండా కథా రచనలో భాష సరళంగాను, అర్థమయ్యేటట్లుగాను వుండాలి. నవలలు ఎక్కువగా ధనవంతులే చదువుతారు. ఆ ధనవంతులకే డబ్బుతోపాటు కావలసినంత తీరిక కూడా వుంటుంది. కథలు సామాన్య ప్రజల కొరకే వ్రాస్తారు. ఎందుకంటే వాళ్ళ వద్ద ఎక్కువ ధనము వుండదు,ఎక్కువ తీరిక కూడా ఉండదు. ఇక్కడ సరళత్వాన్ని సృష్టించటమే నేర్పు. కథ రాగాలాపన లాంటిది, ఆ రాగాలాపనలో గాయకుడు కొంచెంసేపట్లోనే ఆనందం చేకూరుస్తాడు.

ఒక అపరిచిత వ్యక్తిని కలుసుకుంటే అతడెవడో తెలసుకోవాలనే ఆసక్తి సహజంగా వుంటుంది. మొదట ఆ వ్యక్తిని పరిచయం చేసుకోటానికి ప్రయత్నిస్తాము. కథ కూడ అటువంటి క్రమపద్ధతులలోనే పరిచయం పెంపొందించుతూ ముందుకు సాగాలి. కాని ఇప్పుడు కథా రచన రకరకాలుగా ప్రారంభిస్తున్నారు. కొంత మంది స్నేహితుల సంభాషణలతో ప్రారంభిస్తే మరికొంత మంది పోలీసులతోను, కోర్టులతోను ప్రారంభిస్తారు. మిగిలిన పరిచయమంతా తరువాత తెలియజేస్తారు. ఇది ఇంగ్లీషు కథలకు అనుకరణ. ఈ పద్ధతి వలన కథ జటిలంగా తయారువుతుంది. యూరప్ వాళ్ళు యాత్రా అనుభవాలను, డైరీ విషయాలను కథలుగా వ్రాస్తూ వుంటారు. నేను కూడ ఈ పద్ధతులలోనే కొన్ని కథలు వ్రాశాను కాని ఈ పద్ధతులు కథా సరళత్వంలో అడ్డంకులు సృష్టిస్తాయి. యూరప్ వాళ్ళు కొన్ని విమర్శనాపూర్వకమైన కథలకు అంతం కూడ లేదని చేప్తారు. వాళ్ళు మనోల్లాసం కొరకు కథలు చదవటమే ఇందుకు కారణం. లండన్ హోటల్‌లో మాకొక

స్త్రీ తటస్తించిందనుకోండి. ఆమెతోపాటు ఆమె ముసలి తల్లి కూడ వుంటుంది. తల్లి తను నిర్ణయించిన పురుషుణ్ణే వివాహం చేసుకోమని బలవంత పెడ్తుంది. కాని పాపం ఆ కూతురు మరొక యువకునికి తన హృదయం ఎప్పుడో అర్పించి వుంటుంది. కూతురు ప్రేమించిన యువకుడ్ని పెళ్ళి చేసుకుంటే చిల్లిదమ్మిడీ కూడా ఇవ్వనంటుంది తల్లి. కూతురు ఆమె మాటలు లక్ష్యపెట్టదు. చివరకు ఆ తల్లి కూతురు మీద కోపగించుకొని విసురుగా బయటకు వెళ్తుంది. పాపం కూతురు నిరాశగా కూర్చుని వుంటుంది. ఇంతలో ఆమె ప్రేమించిన యువకుడు వస్తాడు. ఇద్దరూ మాట్లాడుకొంటారు. యువకుడు నిజమైన ప్రేమికుడు కాబట్టి ధనం లేకుండానే పెళ్ళి చేసుకుంటాడు. ఆ ఇద్దరు కొంత కాలం సుఖంగానే వుంటారు. కొంత కాలానికి ఆ యువకుడు ఆర్థిక పరిస్థితులకు తట్టుకోలేక మరొక డబ్బు గల స్త్రీని ప్రేమించటం మొదలుపెడ్తాడు. అతని భార్యకు ఈ విషయం తెలిసి అతనికి విడాకులు ఇచ్చి వెళ్ళిపోతుంది. అంతే కథ పూర్తయింది. రియలిస్టులు (వాస్తవికతావాదులు) మంచితనానికి ఎక్కడా చోటు లేదని చెప్తారు. కాని సామాన్యంగా చెడు విషయానికి ఫలితం మంచిదిగాను, మంచి విషయానికి ఫలితం చెడుగాను వుంటుంది. యదార్థాన్ని ఎలాగూ మనం కళ్ళతో చూస్తున్నాం. అటువంటప్పుడు యదార్థాన్ని యదార్థంగా వర్ణించుట వలన ఫలితమేముంటుంది? అంటారు ఈ రియలిస్టులు. కొంచెం సేపు మనం ఈ కుచ్ఛిత వ్యవహారాలకు దూరంగా ఉండాలి. లేకపోతే సాహిత్యం యొక్క ముఖ్యోద్దేశమే అదృశ్యమైపోతుంది అని కూడ అంటారు. వాళ్ళు సాహిత్యం సమాజానికి దర్పణమే కాదు, వెలుగును చూపే జ్యోతి అని కూడ అనుకుంటున్నారు. మన ప్రాచీన సాహిత్యం కూడ యదార్థవాదాన్నే సమర్థించుతోంది. మనం కూడ ఆ ఆదర్శ మర్యాదలనే పాటించాలి. ఆ యదార్థ చిత్రణలో సత్యాన్ని మాత్రం దూరం చేయగూడదు.

ఇతిహాసాలు యదార్థాలయినప్పటికీ అసత్యాలుగా పరిగణిస్తున్నారు. కథా సాహిత్యం కల్పన అయినప్పటికి సత్యాలుగా భావించుచున్నారని ఒక విమర్శకుడు వ్రాశాడు. అంటే ఆయన ఉద్దేశము ఇతిహాసమంతా అసుందరంగా వున్న హత్యలతోను, సంగ్రామాలతోను, మోసాలతోను నిండి వుంది కాబట్టి అసత్యము. లాభంతో క్రూరాతి క్రూరమైనవి, అహంకారంతో నీచాతినీచమైనవి చేస్తూ వుంటే వాటిని చూచి మానవుడు ఇంత అమానుషంగా మారిపోయాడా అనే సందేహం కల్గుతుంది. స్వార్థం కోసం తమ్ముడు అన్నను చంపుతాడు, కొడుకు తండ్రిని హత్య చేస్తాడు. రాజు అనేక సామాన్య మూగ ప్రాణులను హత్య చేస్తాడు. ఇవన్నీ చదివితే మనకు దుఃఖం కల్గుతుంది కాని ఆనందం

కాదు. ఆనందం ఇవ్వలేని వస్తువు సుందరం కాదు, సుందరం కాని వస్తువు సత్యం కాదు. ఆనందమున్న చోటే సత్యం వుంది. సాహిత్యము కాల్పనిక వస్తువే కావచ్చు, కాని దాని ప్రధాన ఉద్దేశము ఆనందం ఇవ్వటము. అందుకే అది సత్యంగా భావించబడుతోంది.

మానవుడు ప్రపంచంలో పొందిన సత్యాన్నీ, సౌందర్యాన్నే సాహిత్యము అంటాము. కథ కూడ సాహిత్యములో ఒక భాగమే.

మానవజాతికి మానవుడే ఒక జటిలమైన సమస్య. తన్నుతాను అర్థం చేసుకోలేడు. ఏదో ఒక విధంగా ఆలోచించుకొని తన మానసిక రహస్యాన్ని తెలుసుకుంటాడు. మానవుడు తనను తాను తెలుసుకోవటం వలననే సంస్కృతి వికసించింది. ఆధ్యాత్మికం మాదిరిగానే సాహిత్యం కూడ ఈ రహస్యాన్ని కనుగొనటానికే ప్రయత్నిస్తోంది. కాని రెంటికి భేదముంది. సాహిత్యం రసాల సమ్మేళనంతో ఆనందం చేకూరుస్తోంది. ఆధ్యాత్మం జ్ఞానుల కొరకు, సాహిత్యం సామాన్య మానవుల కొరకు వుపయోగపడ్తున్నాయి.

సాహిత్యంలో కథ కూడ అంతర్భాగమేయని ఇప్పుడు చెప్పుకోవటం కాదు, పూర్వ కాలంనాడే చెప్పబడింది. పూర్వ కాలం నాటి కథకు ఇప్పటి కథకు కాల ప్రభావం వలన, ఆసక్తుల పరిణతి వలన చాల భేదమేర్పడింది. ప్రాచీన కాలంనాటి కథలు ఆధ్యాత్మిక విషయాలతోనిండి కుతూహల జనకంగా వుండేవి. ఉపనిషత్తులలోను, మహాభారతంలోను ఆధ్యాత్మిక విషయాలను, వాటి రహస్యాలను తెలియజేయటానికి కథలను ఆశ్రయించారు. బుద్ధ జాతకమంతా కథలతోనే నిండివుంది. బైబిల్‌లో కూడ మామూలు కథల ద్వారాను, దృష్టాంత కథల ద్వారాను ధర్మ విషయాలు, తత్వ విషయాలు తెలియజేశారు. సత్యం ఈ రూపంలో ప్రకటించుట వలననే ప్రజలు దానిని అర్థం చేసుకొని అనుకరిస్తున్నారు.

వర్తమానంలో కథ మానసిక శాస్త్ర రహస్యాలను తెలుసుకొని జీవితంలోని సహజ యదార్థ సంఘటనలను చిత్రించటమే తన ధ్యేయంగా పెట్టుకుంది, ఇందులో కల్పనా పరిధులు తక్కువగా ఉండి అనుభూతుల పరిధులు మాత్రం విస్తృతంగా వుంటున్నాయి. ఆ అనుభూతులే భావనలుగా మారి కథగా వినబడుతోంది. కథ జీవితపు యదార్థ వర్ణన అని అనుకోవటం పొరపాటవుతుంది. యదార్థ జీవనానికి ప్రతిబింబం మానవుడే. కథ వాస్తవిక పరిధులలోనికి రానంతవరకు మనం కథలోని పాత్రల సుఖ-దుఃఖాల ప్రభావానికి లోనౌతాము. కాని యదార్థ జీవితంలో మాత్రం ఆవిధంగా జరగదు. రెండు మూడు నిమిషాలలోనే కథలోని పాత్రలతో పరిచయం సంపాదించి వాటి ఆనందంతో పాటు ఆనందించి, వాటి దుఃఖంతో పాటు దుఃఖించుతాము. ఆ

పాత్రల సుఖదుఃఖాలే మన సుఖదుఃఖాలు. జీవితంలో ఎప్పుడూ దుఃఖం అంటే ఏమిటో ఎరుగని వాళ్ళు కూడ కథ చదివి దుఃఖం పొందుతారు. శ్మశానంలో కూడ సజలం కాని వాళ్ళ కళ్ళు నవలకాని, కథ కాని చదివి కన్నీటి బిందువులు జలజల విడుస్తారు. దీనికి కారణం ఒక్కటే కావచ్చు. కథలో వున్న సూక్ష్మస్పర్శలు వాస్తవిక జీవితంలో లేకపోవచ్చు. వాస్తవిక జీవితంలో మానవుణ్ణి మానవుడి నుంచి దూరంగా తీసుకువెళ్ళే జడత్వపరదాలు కథలోని పాత్రల మధ్య అగుపించవు. యదార్థాన్ని వున్నది వున్నట్లుగానే చిత్రించితే కళ ఏముంది? యదార్థాన్ని అనుకరించటం కూడ కళ కాదు.

కళ యదార్థంగా వున్నట్లు అగుపడ్తుంది. కాని యథార్థం కాదు, యథార్థం కాకపోయినప్పటికీ యథార్థంగా చూపడమే కళలోని నైపుణ్యము, దాని ప్రమాణము, జీవన ప్రమాణము ఎప్పుడూ వేరుగానే ఉంటాయి. వాంఛనీయము, సహ్యము కానప్పుడే జీవితంలో అంతిమ సమయం పొందాలనుకుంటున్నాము. జీవితం ఎవరికి బాధ్యతగా వుండదు. సుఖదుఃఖాలు, అపకారోపకారాలు, జీవన మరణాలు చూస్తుంటే ఒక క్రమంగాని, ఒక సంబంధముగాని వున్నట్లగుపించదు. మానవుడు ఈ విషయాలకు ఎప్పుడూ అజాతంగానే వుంటున్నాడు. కాని కథాసాహిత్యం మానవుడు సృష్టించిన ప్రపంచం కాబట్టి పరిమితంగా వుండి పూర్తి అధ్యయనానికి మనముందు నిలబడి వుంటుంది. మన మానవత్వ హద్దులను, అనుభూతులను అతిక్రమించుతుంటే వాటిని శిక్షించటానికి సిద్ధపడతాము. కథలో ఏ పాత్రకైనా సుఖంగాని, దుఃఖంగాని లభిస్తుంటే దానికి కారణాలు ప్రకటించాలి. కథలో మానవత్వం చంపటానికి సిద్ధపడనంతవరకు ప్రతి పాత్ర సజీవంగానే వుంటుంది. కథా రచయిత ప్రజా న్యాయస్థానం ఎదుట తన ప్రతి రచన పట్ల బాధ్యుడుగా అగుపడాలి. యదార్థపు రంగు కప్పివున్న కళ భ్రాంతిగా అగుపడ్తోంది.

నవలా రచనవలె కథా రచనా విధానం కూడ మనం పాశ్చాత్యుల నుంచే నేర్చుకున్నామని చెప్పటానికి ఎటువంటి సందేహము లేదు. దాని వికాసం కూడ పాశ్చాత్య పద్ధతినే జరిగింది. అనేక కారణాల వలన జీవితంలో చాల భాగాలు ఆగిపోయినట్లుగనే సాహిత్యంలో కూడ ప్రగతి సాగలేదు. మన ప్రాచీన ఆచార వ్యవహారాల నుండి ముందుకు వెళ్ళడం నిషిద్ధమని తలంచాము. సాహిత్యం కోసం మన ప్రాచీనులు నిర్మించిన హద్దులను దాటి వెళ్ళటానికి మనకు సాహసం లేకపోయింది. అందువలన కావ్యంలో కాని, కథలోకాని, నాటకంలో కాని మనం ముందంజ వేయలేకపోయాము. ఏదైనా ఒక వస్తువు అందంగా వున్నప్పటికి నూతనత్వం లేనిదే దానిపట్ల మనకు అయిష్టత ఏర్పడుతుంది. ఒకే రకమైన నాటకాలు, ఒకే రకమైన కావ్యాలు మొదలగునవి చదివి మానవుడు విసిగిపోతాడు.

మొదటి చదివినవాటివలె సుందరంగాను ఆసక్తికరంగాను లేనప్పటికి క్రొత్తగా వున్నవాటినే చదవాలని కుతూహలం చూపుతాడు. అటువంటి ఇచ్ఛలు మనలో కలుగకపోవుటవలననే అది జడ పదార్థంగా మారిపోయింది. పాశ్చాత్య దేశాలలో సాహిత్యం క్రొత్తదనపు దాహంతో జడత్వపు సంకెళ్ళను త్రెంచుకొని ప్రగతి మార్గం అన్వేషించింది. సాహిత్యం మాదిరిగానే జీవితంలో కూడ ఈ జడత్వాన్నుంచి దౌర్బల్యాన్నుంచి విముక్తి చెందాలనే ప్రభావం తీవ్రంగా పడింది. ఆ ప్రభావమే సాహిత్యంలో కూడ క్రాంతిని కలుగజేసింది.

షేక్స్పియర్ నాటకాలు చాలా బాగుగా వుంటాయి. కాని నేటి ప్రజల జీవితాలకు, వాటికి ఏమీ సంబంధము లేదు. నేటి నాటకాల ఉద్దేశాలు, ఆదర్శాలు, ఆశయాలు, రచనా విధానాలు అన్నీ వేరుగానే వున్నాయి. కథా సాహిత్యంలో కూడ వికాసం కల్గింది. కథా రూపంలో అనుకున్నంత మార్పు లేనప్పటికీ శైలిమాత్రం పూర్తిగా మారిపోయింది. కొన్ని రచనలు ఆ సమయాలలో ఆదర్శంగాను, విచిత్రంగాను, కుతూహలంగాను వుండి 'రొమాన్సు'తో కూడ నిండివున్నాయి. కాని వాటిలో జీవిత సమస్యలుగాని, మనోవిజ్ఞాన రహస్యాలు గాని, అనుభూతుల వ్యాపకతగాని, జీవితంలోని సత్య వికాసం గాని లేవు. తరువాత క్రమంగా మార్పు చెంది నవలలు ఉద్భవించాయి. అవి కథలకు, నాటకాలకు మధ్యగా నిలబడ్డాయి. ప్రాచీన కాలంలోని దృష్టాంతాలు కూడ రూపాంతరం చెంది కథలుగా నిలబడ్డాయి. వంద సంవత్సరాలకు పూర్వం యూరప్ కూడ ఈ కళతో సంబంధము పెట్టుకోలేకపోయింది. అనేక వైజ్ఞానిక, ఇతిహాసిక, సామాజిక, నవలలు వ్రాస్తూ వుండేవారే కాని చిన్న చిన్న కథలవైపు వాళ్ళు దృష్టి సారించలేదు. అయితే వాళ్ళు అప్సరసలను గురించి, భూత, ప్రేతాలను గురించి చిన్నచిన్న కథలు వ్రాసేవారు. తరువాత శతాబ్దంలోనే 'కథ' సాహిత్యంలోని వివిధ భాగాలపై విజయం పొందింది. ఒకప్పుడు సాహిత్యంలో విలువైనది కావ్యం. ఇప్పుడు కథే అని చెప్పటానికి ఎటువంటి సందేహము లేదు. మొపాసా, బాల్జాక్, టాల్స్టాయ్, గోర్కీ, చెకోవ్ మొదలైన ప్రగతిశీలులందరూ కథా రచనను అభివృద్ధి చేశారు. పాతిక సంవత్సరాలకు పూర్వం హిందీలో కథా రచన లేదనే చెప్పవచ్చు, కాని ఇప్పుడు ప్రతి పత్రికలోను కథలే నిండి వుంటున్నాయి.

కథలు ఈ విధంగా అభివృద్ధి చెందటానికి కారణము జీవితపు సమస్యలు. కాల ప్రభావము, పూర్వపు పద్ధతులనే అనుసరిస్తూ వాటినే విస్తరింపచేయాలనే ఉద్దేశాలు, అవకాశాలు కూడ మారిపోయాయి. మనం జీవన సంగ్రామములోనే మునిగిపోవుట వలన మనోరంజనానికి అవకాశమే లభించుటలేదు. మనోరంజనం ఆరోగ్య దృష్ట్యా మంచిదని అంగీకరించకపోతే "మనోరంజనం" అనే శబ్దాన్ని మనం జీవితంలో నుంచి

తొలగించి నిత్యమూ పద్దెనిమిది గంటలు కూడ పని చేయటానికి వెనుకాడము. కాని ప్రకృతి మనల్ని వశంలో వుంచింది. తక్కువ కాలంలోనే ఎక్కువ మనోల్లాసం కావాలని మనం కోరుకుంటాము. మన అభిరుచులను బట్టి నేడు సినిమాల సంఖ్య కూడ పెరిగిపోతున్నది. నవల చదవాలంటే ఎక్కువ కాలం పడ్తుంది. అందువలన ఆనందం ఒకేసారి లభించదు. కాని కథ పదిహేను, ఇరవై నిమిషాలలో పూర్తిచేసి ఆనందించవచ్చు. కథ ఎప్పుడూ సామాన్య పదజాలంలో వుండి, అనావశ్యకమైన దానిని వదలివేస్తూ వుండాలి. మొదట వాక్యమే పాఠకులను ఆకర్షించి అంతం వరకు ముగ్ధులను చేయాలి. ఆదర్శహీనమైన కథ వలన ఆనందం లభించినప్పటికీ మానసిక తృప్తి లభించదు. కథలలో మనము ఉ పదేశాలను ఎన్నడూ కోరము. కాని మన ఆలోచనలను ఉత్తేజపరచటానికి, మానసిక భావాలను జాగృతం చేయటానికి దానిలో ఏదో కొంత వుండాలి. మనోల్లాసము కాని మానసిక తృప్తిగాని లభిస్తే ఆ కథ పూర్తిగా ఫలితం పొందినట్లే.

మానసికశాస్త్ర సత్యాల మీద ఆధారపడే కథే అన్నిటికంటే ఉత్తమంగా వుంటుంది. ఉన్నత భావాలు గల తండ్రి తన కొడుకు చెడు వ్యసనాలకు లోబడుట చూచి దుఃఖించటము మానసిక లక్షణమే. ఆ ఆవేశంలో ఆ తండ్రి మానసిక సంఘర్షణలను, వానికనుగుణంగా ప్రవర్తనలను చిత్రించుట వలననే కథ ఆకర్షణీయంగా వుంటుంది. చెడ్డ మనుష్యుడు పూర్తిగా చెడు కల్గివుండడు. అతనిలో ఎక్కడో దైవత్వం దాగుకొని వుంటుంది. ఇది మానసిక రహస్యము, ఆ దైవత్వమును మేల్కొలిపి చూపించుటయే రచయిత యొక్క కర్తవ్యం. ఆపద మీద ఆపద వచ్చిపడితే మానవుడు ధైర్యవంతుడుగా మారతాడు గాని అధీరుడుగా పారిపోడు. క్లిష్ట పరిస్థితులను ఎదుర్కోటానికి మానవుడు సిద్ధపడినప్పుడు అతనిలో వున్న బలహీనతలన్నీ పారిపోతాయి. అతని హృదయంలో ఎక్కడో దాగుకొన్న మాణిక్యము బయటపడ్తుంది. ఇవన్నీ మానసిక రహస్యాలు. వీటిని చూచి అనుక్షణం మనం ఆశ్చర్యపడుతూ వుంటాము. ఒకే సంఘటన భిన్న భిన్న ప్రవృత్తులు గల మానవుల మీద రకరకాలుగా ప్రభావం చూపిస్తుంది. కథలో వాటిని చక్కగా చూపినట్లయితే అది తప్పక ఆకర్షణీయంగా వుంటుంది. ఒక సమస్యను ప్రత్యేకంగా చూపుట వలననే కథ ఆకర్షణీయంగా వుంటుంది. మనల్ని సందిగ్ధంలో పడవేసి అనేక సమస్యలు మన జీవితంలో ఎదుర్కొంటున్నాము. అవే కథలో వెలుగు చూపిస్తాయి. సత్య మార్గాన్ని అవలంబించుచున్న తండ్రికి తన కొడుకు హత్య చేశాడని తెలుస్తుంది. అపుడు ఆ తండ్రి తన కొడుకును న్యాయవేదిక మీద బలిదానం చేస్తాడా లేక తన జీవిత సిద్ధాంతాలను, ఆదర్శాలను హత్య చేస్తాడా? చాలా సంకట పరిస్థితి. పశ్చాత్తాపమే ఇటువంటి సంకట పరిస్థితులకు శాంతిని

చేకూరుస్తుంది. ఒకడు తన సోదరుని ధనం అన్యాయంగా అపహరించాడు. ధనం పోగొట్టుకున్న సోదరుడు రోడ్లవెంట భిక్ష అడుగుచూ వుండగానైనా అపహరించినవాడికి పశ్చాత్తాపం కల్గుతుంది. ఒక వేళ అలా జరుగుకపోతే అతడు మానవుడు కాదన్నమాట.

నవలల మాదిరిగానే కథలు కూడ కొన్ని సంఘటనల ప్రధానంగాను, మరికొన్ని శీల ప్రధానంగాను వుంటాయి. శీల ప్రధానమైన కథలు ఉన్నత లక్ష్యాలను కల్గివుంటాయి. కాని కథలో విస్తృతమైన విశ్లేషణము జరుగదు. ఇటువంటి కథలలో మానవుని పూర్తి జీవితపు శీలాన్ని చూపలేము. ఒక సంఘటనకు సంబంధించినది మాత్రమే చూపగల్గుదుము. కాని మనము కథలో చూపిన లక్ష్యము, తత్వము సర్వమాన్యంగా వుండి అందులో సూక్ష్మత వుండాలి. మనకు సంబంధం వున్న విషయాలలోనే మనకు ఆనందం లభించటం సాధారణ నియమము. జూదము ఆడే వాడికి కల్గే ఉత్సాహము, ఉన్మాదము చూసేవాడికి కలుగవు. పాఠకులు కథలలోని పాత్రలలో లీనమై ఆ పాత్రలే తాము అని తలంచునపుడే కథ పూర్తిగా ఫలితం పొందుతుంది. ఆనందం కూడ అందిస్తుంది. రచయిత పాఠకులలో తను సృష్టించిన పాత్రల పట్ల సానుభూతిని కల్పించలేకపోతే తన ఉద్దేశాలను పూర్తి చేయటంలో అసఫలుడయ్యాడన్న మాట.

మొదట మన ఎదుట బెంగాలీ కథలు మాత్రమే స్థిరంగా నిలచివుండేవి. కాని ఇప్పుడు అన్ని రకాల భాషలలోను మనం కథలు చదివి వ్యాఖ్యలు, విమర్శలు చేసి అందులో వున్న గుణదోషాలను బయటకు లాగి వాటి ప్రభావానికి లోనుకాకుండా వుండలేము. ప్రస్తుత కథా రచయితలలో ఉద్దేశాలలోను,దృష్టి కోణాలలోను, రచనా శైలిలోను ప్రత్యేక విధానాలు అగుపడుతున్నాయి. కథ జీవితానికి చాల సమీపంలోకి రాగల్గింది. దాని పరిధులు విస్తృతంగా లేవు. అందులో అనేక రసాలకు గాని, అనేక సంఘటనలకు గాని, అనేక ప్రవృత్తులకు గాని స్థానం లేదు. అది కేవలం ఒక ప్రసంగంవలె వుండి ఆత్మకు వెలుగు చూపుచూ హృదయాన్ని స్పృశించే రచన. ఈ ఏకాత్మ్యంలోనే తీవ్రతను, ఆకస్మికతను కూడ రూపొందించాడు. ఇప్పుడు అందులో వ్యాఖ్యలు తక్కువగాను, సంవేదనలు ఎక్కువగాను వుంటున్నాయి. శైలి కూడ ప్రభావాత్మకంగా వుంటోంది. రచయిత చెప్పదలచుకొనే విషయాను మామూలు మాటలలోనే చెప్తున్నాడు. అతడు తన పాత్రలలోని మనో భావాలను చూపించకుండా కేవలం వాటి పట్ల సంజ్ఞలు చేస్తున్నాడు. సంభాషణలలో అప్పుడప్పుడు రెండు మూడు శబ్దాలనే ఉపయోగిస్తున్నాడు. పాత్ర ఉపయోగించే ఒకటి రెండు శబ్దాలలోనే ఆ పాత్రల మనోభావాలను గమనించవచ్చు. కథలకు సంఘటనలను ఆధారంగా ఇప్పటి రచయితలు తీసుకోవటం లేదు. పాత్రల మనోభావాల ద్వారానే

సంఘటనలను సృష్టించుచున్నారు. మనం చూచే “సాలగ్రామ” విగ్రహం వాస్తవంగా రాతిముక్కే. కాని ఉపాసకుడు తన భావాలననుసరించి ఆ రాతికి రూపకల్పన చేస్తున్నాడు. దీనిని బట్టి కథకు కూడ ఆధారము ఈ అనుభూతే అని చెప్పవచ్చు. ఇప్పటి రచయిత అందమైన దృశ్యాన్ని చూచి కథ వ్రాయడు. స్థూలసౌందర్యంతో అతనికి ఎటువంటి ప్రమేయం లేదు. సౌందర్యం అగుపడుతూ పాఠకుల భావనలను స్పర్శించే ప్రేరణ కావాలనే రచయిత సృష్టించుతాడు.

మొదటి నుంచి కథ జీవితంలోని భాగముగానే వుంది. చిన్నతనంలో అక్కగాని, అమ్మగాని చెప్పిన కథలు చాల మందికి గుర్తువుండి వుండవచ్చు. ఆ కథలు వినటానికి చూపే ఆసక్తి, కథ ప్రారంభం కాగానే అన్నిటిని మరచిపోయి వినటంలోనే లీనమైపోవటం, కుక్కల కథలు, పిల్లి కథలు విని ఆనందం పొందటం- ఇవన్నీ ఎప్పటికీ మరచిపోలేము. బాల్య జీవితపు మధుర స్మృతులలోని కథలే అన్నింటి కంటె మధురంగా వుంటాయి. అప్పటి ఆటలు, అల్లరి పనులు, చిరుతిళ్లు మొదలైనవి మరచి పోయినాగాని అప్పటి కథలు మాత్రం స్మృతిలో వుంటాయి. ఆ కథలే ఇప్పుడు మన నోటి ద్వారా పిల్లలు వింటున్నారు. తన జీవితమే ఒక కథలామారి తన యశస్సు సర్వ వ్యాపితం కావాలని మానవుడు కోరుకొంటాడు.

మనుష్యుడు మాట్లాడుట ప్రారంభించినప్పటి నుంచి కథలు జన్మించాయి. ప్రాచీన కథా సాహిత్య విజ్ఞానము మనకు “కథా సరిత్సాగరము”, “ఈసప్ కథలు” “ఆలిఫ లైలా” మొదలగు పుస్తకాల ద్వారా లభించింది. ఇవన్నీ ఆ సమయంలో సాహిత్యపు ఉజ్వల రత్నాలు. కథా వైచిత్ర్యమే వాటి ముఖ్య లక్షణం. మానవ హృదయం మొదట నుంచి వైచిత్ర్యం అంటే ప్రేమిస్తోంది. వింత సంఘటనలు, ప్రసంగాలు తెలుసుకొని మన పూర్వీకులు ఆశ్చర్యపడిన విధంగానే మనము కూడ ఆశ్చర్యపడ్డాము. అంటే ప్రజలు ‘ఆలిఫ్‌లైలా’ ‘కథా సరిత్సాగరం’ చదివి పొందిన ఆనందం ఆధునిక నవలలు చదివి పొందలేరు. టాల్‌స్టాయ్ చెప్పినట్లుగా లోక ప్రియతే కళ యొక్క ఆదర్శము అని అనుకొంటే ‘ఆలిఫ్‌లైలా’ ‘కథాసరిత్సాగరం’ ఎదుట టాల్‌స్టాయ్ వ్రాసిన “వార్ అండ్ పీస్” విక్టరి హ్యూగో వ్రాసిన ‘లేమిజరబ్లే’ నిలబడలేవు ఈ సిద్ధాంతాన్నే ఆధారంగా తీసుకొంటే ప్రజలందరూ మెచ్చుకొనే ఈ సంగీతకారులు, చిత్రకారులు, మిగిలిన కళాకారులు కూడ కళాక్షేత్ర పరిధులలో లెక్కించ దగినవాళ్ళుగారు. ఆడంబరంగావున్న విషయాల మీద కంటె ఆడంబరరహితమైన విషయాల మీదే ప్రజలకు ఆసక్తి ఎక్కువుగా వుంటుంది.

గ్రామ గీతాలలో ఉన్నత లక్ష్యాలు కలిగిన కవితలు ఉన్నాయి. విద్వాంసులు, ఆచార్యులు కళా వికాసం కొరకు పెట్టిన నియమాల వలన కళ మరింత అందంగాను, నియబద్ధం గాను ఏర్పడిందని చెప్పటంలో అసత్యంలేదు. ప్రకృతిలో వున్న కళ ప్రకృతి సిద్ధంగానే వుంది. మానవ నిర్మాణంగాదు. మానవుని ఆత్మ మీద ప్రభావం చూపే కళే మానవుడిని ఆకర్షించుతుంది. ప్రకృతి సౌందర్యం మనలో వున్న డాంబికాన్ని ఆడంబరాన్ని దూరంగా పారద్రోలుతుంది. దాని వలన మనకు ఆధ్యాత్మిక ఆనందం లభిస్తుంది. కాని ఆ దృశ్యమే మానవుని కుంచెలోని రంగులలో గాని, మనోభావాలలో గాని నిలబడినట్లయితే మనకు ఆత్మీయతా సందేశము లభిస్తుంది.

మన ఆహారంలో సుగంధద్రవ్యాలు కొంచెంగా వాడినప్పుడే ఎక్కువ రుచిగా వుంటుంది. ఎక్కువగా వాడుటవలన ప్రయోజన ముండదు. ఎక్కువ సుగంధ ద్రవ్యాల వాడకం వలన ఆహారపు రుచి తరిగిపోయినట్లుగానే సాహిత్యంలో అలంకారాలు ఎక్కువగా ఉపయోగించినట్లయితే వికృతంగా మారిపోతుంది. స్వాభావికంగా వున్నదే సత్యము. స్వాభావికంగా లేని కళ ఆనందాన్ని పోగొడ్తుంది. అటువంటి కళను అభ్యసించేవాళ్ళు ఎక్కువ మంది కూడ వుండరు. అంతే గాకుండా మానవుని మర్మ భావాలను స్పృశించే శక్తి దానిలో వుండదు.

ప్రాచీనకథలు ఘటనా వైచిత్ర్యం కల్గియుండుట వలన మనోల్లాసానికి తోడ్పడ్డాయి. కాని వానిలో ప్రస్తుతపు సభ్యతాసాహిత్యంలో వున్న రసాలు లోపించాయి. ఇప్పటి సాహిత్యాభిరచులు చాలా మార్పు చెందాయి, అన్ని విషయాల వలెనే సాహిత్యంలో కూడ విజ్ఞానాన్ని పొందాలని ప్రయత్నిస్తున్నాము. ఇప్పుడు మనం రాజు అలౌకిక వీరత్వం వినిగాని, రాణి దగ్గరకు కొన్ని అద్భుత శక్తుల వలన రాజు ఎగిరి వెళ్ళటము వినిగాని, భూత ప్రేత కథలు చదివిగాని ఆనందించలేము. అవి వాస్తవానికి ఎంత దూరమా అని లెక్కించుతాము. అదే విధంగా నవలల్లో గాని, కథలలో గాని అసహజంగా వున్న విషయాలను పాటించలేము. వాటిలో మన జీవిత ప్రతిబింబాలనే చూడాలనే ఆసక్తి కల్గుతుంది. సామాన్య మానవుడు కూడ వాస్తవంగా వున్నట్లుగా భావించే పద్ధతిలో వుండాలి. సంఘటనలు నవలలలోగాని, కథలలోగాని ప్రధానంగా వుండుట లేదు. నవలలోవున్న పాత్రల బాహ్యరూపం చూసి మనం సంతృప్తి చెందటం లేదు. వాళ్ళ మనోభావాలను కూడ అర్థం చేసుకోవాలని ప్రయత్నిస్తున్నాము. మానవ హృదయ రహస్యాలను తెలుసుకొని బయటపెట్ట గలవాడే నిజమైన రచయిత. ఒకడు ఒక పనిని చేశాడన్న వాక్యాన్ని చదివినంత మాత్రాన సంతృప్తి చెందటం లేదు. ఏఏ మానసిక భావాలకు ప్రేరేపించబడి

అతడు ఈ పని చేశాడో తెలుసుకోవాలని ప్రయత్నిస్తున్నాము. అందువలన మానసిక సంఘర్షణ ప్రస్తుత నవలకు, కథకు కూడ ప్రధానాధారమైనది.

ప్రాచీన రచనలలో రచయిత అజ్ఞాతంగా వుంటాడు. రచనలో సృష్టించిన పాత్రల వలన, అతడు వెల్లడించిన అభిప్రాయాల వలన అతన్ని మనం వూహించగల్గుతాము జీవితాంతం వరకు అతని అభిప్రాయాలు ఏ మార్గంలో నడువగల్గుతాయి? భిన్న భిన్న పరిస్థితులలో అతని మనోభావాలు ఏవిధంగా మారతాయి? అని ప్రశ్నలకు సమాధానాలు లభించవు. కాని నేటి నవలలలో రచయిత దృష్టికోణం ప్రతిచోట అగుపడ్తోంది. అతని మనోభావాల వలన అతనిని చూడగల్గుతాము. ఆ భావాల ఆదర్శాలననుసరించి, అనుభవాల ననుసరించి ఆ రచయితపట్ల మనకు శ్రద్ధా భక్తులు ఏర్పడతాయి. దీనిని బట్టి ప్రస్తుత నవలకుగాని, కథకు గాని ఆధారం మానసిక విజ్ఞానమే అని రుజువగుచున్నది. సంఘటనలు, పాత్రలు ఆ మనో వైజ్ఞానిక సత్యాన్ని స్థిరంగా నిలబెట్టటానికే సృష్టించబడుచున్నాయి. "ముక్తిమార్గం" "పంచపరమేశ్వర్", "శతరంజ్‌కే ఖిలాడీ" మొదలైన నా కథలలో మనోరహస్యాలను ఛేదించటానికే ప్రయత్నం చేశాను.

మనోల్లాసమే కథకు ప్రధాన ధర్మమని అందరూ అంటారు. సాహిత్య దృష్టిలో మనోల్లాసానికి వేరే అర్థముంది. మనలో వున్న కోమల, పవిత్ర భావనలకు ప్రోత్సాహం ఇచ్చి మనలో వున్న సత్యాన్ని నిస్వార్థ సేవను, న్యాయాన్ని జాగృతం చేయాలి. తనలో తనని పూర్ణ రూపంగా చూచుకోవాలని ప్రతివాడు ప్రయత్నిస్తాడు. వ్యక్తీకరణ మానవ హృదయపు స్వాభావిక లక్షణము. మానవుడు సమాజంలో కలిసి మెలసి జీవిస్తూ తన ఏ మనో భావాల ద్వారా ఐక్యమత్య క్షేత్రాన్ని పెంపొందిస్తున్నాడో, అంటే, తను జీవితపు అనంత ప్రవంతిలో కలసి పోవటానికి ప్రయత్నం చేస్తున్నాడో అదే సత్యం. మన ఈ భావనా ప్రవాహానికి అడ్డుపడే వస్తువులు అసహజంగా సృష్టించినవి అయివుండవచ్చు. కాని స్వార్థము, ఈర్ష్య, అహంకారము మొదలైనవి అడ్డుపడకపోతే మన ఆత్మవికాసానికి శక్తి ఎక్కడ నుండి లభిస్తుంది? శక్తి సంఘర్షణలోనే వుంటుంది. మన మనస్సు ఎల్లప్పుడూ ఈ ఆటంకాలను ఓడించి దూరంగా పారద్రోలి సహజ కార్యాలను సాధించాలని ప్రయత్నిస్తూ వుంటుంది. ఈ సంఘర్షణలోనే సాహిత్యం ఉద్భవిస్తుంది. సాహిత్యం యొక్క లక్ష్యము కూడ అదే. మన హృదయంలో వున్న ఏదో ఒక భావాన్ని ఎటువంటి సంఘర్షణ లేకుండానే కథ వెల్లడించుతుంది. అందువలననే కథాస్థానము ఉన్నతంగా వుంది. కొంచెం సేపట్లోనే మనల్ని పరిచయం చేస్తూ ఇతరులలో మనలను చూపిస్తూ, ఇతరుల హర్షవిషాదాలలో భాగం పంచుకొనేట్లుగా చేస్తుంది.

ఈ నవీన విధానంలో వ్రాసే కథలు ఇప్పుడిప్పుడే అభివృద్ధి పొందుచున్నాయి. కొద్ది కాలములోనే ఇవి అభివృద్ధి చెంది సాహిత్యంలోని అన్ని విభాగాల మీద విజయం పొందుతాయి. ఇప్పుడు ప్రతి పత్రికలోను విశేషంగా కథలే అగుపిస్తున్నాయి. కొన్ని ప్రత్యేక ఉద్దేశాలు కలిగిన పత్రికలు కథలకు అవకాశం కల్పించుటలేదు. పత్రిక మన చేతికి వస్తే ముందు అందులోని కథలను చదవటం ప్రారంభిస్తాము. పండ్లు, స్వీట్లు తినేవాడికి సామాన్య భోజనం వలన తృప్తి కలుగదు. కాని అతడు కథ చదివి తృప్తి పొందుతాడు. అంటే కథ ప్రపంచంలో సర్వాకర్షణీయ వస్తువుగా వుండకల్గింది. ప్రపంచంలో ఒక ప్రాణికి మరొక ప్రాణికి సంబంధం కలుగజేయటానికి, ఐక్యమత్య భావాన్ని వ్యక్తం చేయటానికి కథ తోడ్పడినట్లుగా మరేదీ తోడ్పడలేదు. ఆస్ట్రేలియా గోధుమలు తింటూ, చైనా టీ త్రాగుచూ, అమెరికా మోటార్లలో షికారు చేస్తూ కూడ వాటిని ఉత్పన్నం చేసే ప్రాణులతో అపరిచితులుగా వుంటాము, కాని మోపాసా, అనాటోల్ ఫ్రాన్సు, చెహోలీ టాల్‌స్టాయ్ మొదలైన వాళ్ళ పుస్తకాలు చదివి ఫ్రాన్సుతోను, రష్యాతోను, ఆత్మిక సంబంధాన్ని పెంపొందించుకో గల్గుచున్నాము. మన పరిచయం సముద్రాలు, పర్వతాలు, ద్వీపాలు దాటి ఫ్రాన్సు, రష్యాల వరకు వ్యాపించింది. మనము అక్కడ కూడా ఆత్మప్రకాశం చూడాలని ప్రయత్నం చేస్తాము. అక్కడ వుండే ప్రతిరైతు, కార్మికుడు, విద్యార్థి మనలో ఘనిష్ఠ సంబంధము కల్గినట్లుగా అగుపడ్తాడు.

హిందీలో పాతిక సంవత్సరాలకు పూర్వము ఎటువంటి కథలూ లేవు. అప్పుడప్పుడు బెంగాలీ నుంచి, ఇంగ్లీషు నుంచి అనువాదాలు వెలువడతూ వుండేవి. కాని ఇప్పుడు అవి బాగుగా అభివృద్ధి చెంది ప్రతి పత్రికలలోనూ విశిష్ట స్థానాన్ని అందుకొన్నాయి. అనేక కథా సంగ్రహాలు కూడ వెలువడుచున్నాయి. ఒకప్పుడు కథలు చదివితే సమయాన్ని దురుపయోగం చేసినట్లవుతుందని భావించేవారు. చిన్నప్పుడు కథలు చదువుతూ అగుపడగానే పెద్దవాళ్ళు అదిరించి, బెదరించి వీలుగా వుంటే వీపుకు కూడ వేడికల్గించి ఆ కథలు తీసి దూరంగా విసిరేవారు. ఆ కథలు చదువుట వలన మన శీలం చెడిపోతుందని భావించే వాళ్లు. 'శుకసప్తతి కథలు' 'చిలుక-గోరువంక' కథల కాలంలో ఇటువంటి అభిప్రాయాలుండుట సహజమే కావచ్చు. ఆ రోజులలో ఒక వేళ కథలు స్కూలు 'కరిక్యులమ్'లో వుంచినట్లయితే, వాటిని తీసివేయాలని తండ్రులంతా ఎడ్యుకేషనల్ డైరెక్టరు దగ్గరకు తప్పకుండా వెళ్ళేవారు. ఇప్పుడు పెద్ద, చిన్న తరగతులలో కూడ కథలు చదివిస్తున్నారు. పరీక్షలలో వాటిని గురించి ప్రశ్నలు కూడ ఇస్తున్నారు. సంస్కృతి వికాసం పొందాలంటే సరసమైన సాహిత్యం తప్ప మరేమి సాధనం లేదని అందరూ ఒప్పుకున్నారు.

కథ కేవలం కల్పన కాదు. దాని ఉద్దేశము మిథ్యకాదని కూడ ప్రజలు తెలుసుకొన్నారు. రెండు వేల సంవత్సరాలకు పూర్వము యూనాన్ దేశంలో ప్రసిద్ధ ఆధ్యాత్మికవేత్త అయిన 'అఫ్లాత్' ప్రతి కాల్పనిక రచనలోను మౌలిక సత్యము వుంటుందని చెప్పాడు. ఐదువేల సంవత్సరాలకు పూర్వము రామాయణ, మహాభారతాలలో వున్న సత్యమే ఇప్పుడు కూడ అగుపడ్తోంది. మిగిలినవి మాత్రం అంటే చరిత్ర, విజ్ఞానం మొదలైనవి, ఎప్పుడూ మారిపోతూనే వున్నాయి. ప్రాచీన కాలంలో సత్యంగా ఎంచబడినవి అనేకమైన సిద్ధాంతాలు యిప్పుడు అసత్యంగా ఎంచబడుచున్నాయి. కాని కథ మాత్రం అప్పటికి ఇప్పటికి స్థిరంగానే నిలబడి గల్గింది. ఎందుకనగా కథా సంబంధము ఎప్పుడూ మనోభావాల మీద ఆధారపడి వుంటుంది. ఆ మనోభావాలు స్థిరంగానే వుంటాయి కాని మార్పు చెందవు. కథలో పేరు, సంవత్సరము తప్ప మిగిలినవన్నీ సత్యమే. కాని చరిత్రలో పేరు, సంవత్సరము తప్ప మిగిలివన్నీ అసత్యమే. కథారచయిత ఏ విధానాన్ని అవలంబించినా సరే సత్యాన్ని మాత్రం లోపింపనీయడు. అదే వాస్తవిక జీవితపు సత్యం.

నవలా రచన

విద్వాంసులు నవలకు అనేక విధములైన నిర్వచనాలు ఇచ్చారు. విషయము సరళముగా వున్న కొద్దీ నిర్వచనాలు కష్టముగా వుంటాయి. కావ్యానికి సరియైన నిర్వచనం ఇంతవరకు ఎవ్వరూ ఇవ్వలేదనే చెప్పవచ్చు. విద్వాంసుల సంఖ్యను బట్టి కూడ నిర్వచనాలు పెరిగిపోతూ వుంటాయి. నవలకు సంబంధించినంత వరకు కూడ అనేక మంది అనేక విధాలుగా చెప్పారు. అందరూ అంగీకరించే నిర్వచనం ప్రస్తుతం ఏమీ లేదు.

నవల మానవ ప్రవృత్తికి ప్రతిబింబం అని చెప్పవచ్చు. మానవ ప్రవృత్తిపై తన ప్రభావము చూపుతూ అందలి రహస్యాలను ఛేదించటమే నవల మూల ఉద్దేశము.

ఎటువంటి భేదము లేకుండా ఒకే ఆకారము కల్గిన ఇద్దరు వ్యక్తులు వుండుట కష్టము. అదే విధముగా ఒకే ప్రవర్తన, ప్రవృత్తులు కల్గిన వ్యక్తులు వుండుట కూడ కష్టమే. అందరకూ కళ్లూ, ముక్కు, చెవులు, కాళ్ళూ వుంటాయి కాని ఆకార వికారాలలో భేదముండి ఒక్కొక్కడు ఒక్కొక్క లక్షణము కల్గివుంటాడు. ఇటువంటి లక్షణాలు కల్గిన ప్రవృత్తుల సమానతను, వైరుధ్యాన్ని, భిన్నత్వంలో ఏకత్వాన్ని, ఏకత్వంలో భిన్నత్వాన్ని చూపించేదే నవల. సంతాన ప్రేమ అనేది మానవజాతికి విస్తృతంగావున్న లక్షణము. సంతానాన్ని ప్రేమించనటువంటి వ్యక్తి ఎవరూ వుండడు, కాని ఈ సంతాన ప్రేమలో కూడ కొన్ని రకాలున్నాయి. ఒక్కొక్కడు తన సంతానం కొరకు తానే బలి అవటానికి సిద్ధపడతాడు. తన పిల్లల కొరకు అనేక క్లిష్ట పరిస్థితులను ఎదుర్కొంటాడు. కాని పాపభయం వలన ఎక్కువ ధనాన్ని ప్రోగుచేయలేడు. తను చేసిన పాపం తన సంతానం మీద ఎక్కడ పడ్తుందో అని అనుమానం కల్గుతుంది. మరొకడు ఔచిత్యాన్ని లేశమాత్రం కూడా లక్ష్యపెట్టడు. ఏదోవిధంగా ధనం సంపాదించటమే అతని అశయం. ఆ ధనం కొరకు ఇతరుల ప్రాణాలు తీయటానికి కూడ వెనుకాడడు. తన సంతానం కొరకు తన ఆత్మనే బలిచేస్తాడు. ఇక మూడోరకంగా తన సంతానాన్ని ప్రేమించేవాళ్ళుంటారు. వాళ్ళ దృష్టిలో తమ సంతాన ప్రవర్తనే ముఖ్యం. తన సంతానం న్యాయమార్గాన నడువకుండా అక్రమ

మార్గాన నడుస్తూవుంటే వాళ్ళ కోసం సంపాదించి వదలి వెళ్లటం కూడ వ్యర్థమని అనుకుంటాడు. మన అనుభవంలో ఎక్కువగా ఇటువంటి వాళ్ళే ఎదురౌతారు. ఈ ప్రేమల మాదిరిగానే వ్యక్తుల గుణాలలో కూడ చాలా రకాలు వుంటాయి. మనం ఈ ప్రవృత్తులను ఎంత కూలంకషముగా అధ్యయనము చేయగల్గుదుమో అంత సహజత్వం ప్రతిబింబించునట్లు ఆ పాత్రల ప్రవృత్తులను చిత్రించవచ్చు. ఈ సంతాన ప్రేమలో ఇంకొక రకం కూడ వుంటుంది. అక్రమ మార్గాలననుసరిస్తూ పోవుచున్న కొడుకుకు తండ్రి పరమశత్రువుగా మారతాడు. మరొక రకం తండ్రి దుర్మార్గంగా ప్రవర్తిస్తూవుంటే కొడుకు మరింత దుర్మార్గంగా స్వేచ్ఛగా ప్రవర్తిస్తాడు. కొంత మంది త్రాగుడు, జూదము అలవటు గల్గిన తండ్రులు సంతాన ప్రేమకు బందీలై తమ దుర్వ్యవహారాలను శాశ్వతంగా మానివేయటము కూడ కద్దు. ఈ ప్రవృత్తులన్నీ చూచి నవలాకారుడు కొన్ని ప్రశ్నలను ఎదుర్కొనవలసి వస్తుంది. ఈ ప్రవృత్తులన్నిటినీ అధ్యయనం చేసి తమ పాఠకుని ముందు వుంచాలా? ఆ ప్రవృత్తులలో తన అభిప్రాయాలను మిళితం చేసే అవకాశముందా? కొన్ని ఉద్దేశాలను సాధించటానికి ఆ ప్రవృత్తులలో మార్పు తీసుకురావచ్చునా?

వీటిని ఆధారంగా చేసుకొనే నవలాకారులు రెండు విధాలుగా చీలిపోయారు. కొంత మంది ఆదర్శవాదులు. మరికొంత మంది యదార్థవాదులు. యథార్థవాదులు పాఠకుల ఎదుట ప్రవృత్తులను నగ్న రూపంలో ప్రదర్శిస్తారు. ఈ విధంగా చేయుట వలన మంచి ప్రవృత్తులు చెడుగాను, చెడ్డ ప్రవృత్తులు మంచిగాను పరిణితి చెందాలని వాళ్ళ ఉద్దేశము కాదు. తను సృష్టించిన పాత్రలు తమలో వున్న బలహీనతలను, దుర్మార్గాలను చూపించి తమ జీవనలీలను సమాప్తం చేస్తాయి. లోకంలో మంచికి పరిణామం మంచిగాను, చెడుకు పరిణామం చెడుగాను వుంటుందని నియమము ఎక్కడా లేదు. అప్పుడప్పుడు వ్యతిరేక పరిస్థితులు కూడ కల్గుతూ వుంటాయి. మంచివాడు అనేక క్లిష్ట పరిస్థితులను ఎదుర్కొంటాడు. కష్టాలను అనుభవించుతాడు. అవమానాలు పొందుతాడు. అంటే తన మంచితనానికి వ్యతిరేకంగా ఫలితాలను అనుభవిస్తున్నాడన్నమాట. అదే విధముగా చెడు ప్రవృత్తులు కల్గినవాడు సుఖంగా జీవిస్తూ, పేరు సంపాదించి ఆరాధించబడవచ్చు. ప్రకృతి నియమమే చాల విచిత్రంగా వుంటుంది. యథార్థవాదుల అనుభవాల సంకెళ్ళలో బంధించబడి వుంటారు. ఆ అనుభవాలలో ప్రపంచంలో వాళ్ళకు ఎక్కువగా అగుపడేది చెడు ప్రవృత్తులే. అందువలన ఉజ్వలాదర్శప్రాయమైన పాత్రలో కూడ కొంత చెడు ప్రవృత్తిని సృష్టిస్తున్నారు. అంటే వీళ్ళు మనలోవున్న బలహీనతల్ని, దుర్మార్గాలను, క్రూరత్వాన్ని నగ్నంగా చిత్రిస్తారన్న మాట. దీని వలన ఎక్కువగా నష్టమే కల్గుతోంది. ఆ నగ్న చిత్రణవలన

నిరాశావాదులుగా మారి, మానవ శీలం మీద నమ్మకం పోగొట్టుకుని ప్రతివాళ్ళలోను చెడు ప్రవృత్తి చూడటానికే అవకాశము కల్గుతోంది.

యథార్థవాదం సమాజంలో వున్న కొన్ని బలహీనతలను మన కళ్ళముందు వుంచుతుందని చెప్పటానికి ఎటువంటి సందేహము లేదు. మనలోవున్న వాస్తవిక ప్రవృత్తులను యథార్థవాదం ద్వారా తప్ప మరే విధముగాను గమనించలేము. వాస్తవిక బలహీనతలను శిష్టత హద్దులను దాటి చూపిస్తే దాని ప్రభావం చెడుగా పడ్తుంది. తాననుభవించిన మోసాలు, కపటాలు, క్షుద్రతలు తిరిగి పునరావృత్తి చేయుట వలన మానవ స్వభావం సహజంగా సంతోషం పొందలేదు. మానవుడు కొంచెంసేపయినా సరే ఈ కుత్సితభావాల నుంచి విముక్తి పొంది సజ్జనులు, సహృదయులు, ఉదారులు వున్న మరో ప్రపంచంలో విహరించాలని అనుకుంటాడు. తమ జీవితంలో అనుక్షణం వ్యవహరించే వ్యక్తుల స్వభావాలు కథలలోని, నవలలోని పాత్రలలో అగుపడితే, ఆ పుస్తకాలు ఎవ్వరూ చదవటానికి ఇష్టపడరు. ఎక్కువగా అలసిపోయినప్పుడు ఏ పార్కుకో వెళ్ళి మంచి గాలిలో కూర్చొని ఆనందించాలనుకొంటాము. ఇటువంటి పనే ఆదర్శవాదం నిర్వహిస్తుంది. పవిత్రమైన హృదయాలు కల్గిన పాత్రలను స్వార్థానికి, వాంఛలకు దూరంగా వున్న పాత్రలను మనకు ఆదర్శవాదం పరిచయం చేస్తుంది. కాని అటువంటి ప్రవృత్తులు కల్గిన పాత్రలు వ్యవహారకుశలత కల్గియుండవు. తమ మంచితనం ఇతరులకు బలహీనతగా అగుపడి అనేక సాంఘిక విషయాలలో మోసగించడానికి ప్రయత్నిస్తారు! అజ్ఞానాంధకారంలో వున్నవాళ్ళకు ఇటువంటి సరళమైన పాత్రలు వ్యవహారిక జ్ఞానం లేనప్పటికి ఆనందం చేకూర్చి ఆదర్శకంగా నిలబడతాయి.

యథార్థవాదం మన కన్నులు తెరిపిస్తూవుంటే, ఆదర్శవాదం మనలను ఒక మనోహరమైన ప్రదేశానికి చేరవేస్తుంది. అయితే ఆదర్శవాదాన్ని ఆధారంగా తీసుకొన్నప్పుడు జీవన మాధుర్యాన్ని లోపింపజేసే కొన్ని సిద్ధాంతాలకు కట్టుబడిన పాత్రలనే సృష్టించవలసి వస్తుందేమోనని అనుమానం కలుగుతుంది. ఒక దేవతను ఊహించుకోవటం తేలికేకాని ఆ దేవతలో ప్రాణప్రతిష్ట చేయటం చాలా కష్టం. అందువలన యదార్థ ఆదర్శవాదాలు రెండూ మిళితమైన నవలలు ఆదర్శంగాను జీవిత రహస్యాలను తెలుపుతూ నిలువగల్గుతాయి. అటువంటి నవలలను ఆదర్శోన్ముఖ యథార్థరచనలని అనవచ్చు. ఆదర్శాన్ని సజీవం చేయాలంటే యథార్థాన్ని ఆశ్రయించాలి. నవలా రచనలోవున్న రహస్యమిదే. సమాచారములతో ఆదర్శంగా వుండి పాఠకులను మోహింపజేసే పాత్రలనే

సృష్టించాలని ప్రతి రచయిత అనుకొంటాడు. ఆ విధంగా పాఠకులను మోహింపజేయలేని పాత్రలు గల నవలకు విలువ ఏమీ వుండదు.

ఒక పాత్రను ఉత్కృష్టంగాను, ఆదర్శంగాను వుంచాలంటే కేవలం నిర్దోషిగానే చిత్రించకూడదు. గొప్ప గొప్ప వ్యక్తులలో కూడ దోషాలు తప్పకుండా వుంటాయి. పాత్రను సజీవంగా నిలబెటగలగాలి అంటే ఆ దోషాలను, ఆ బలహీనతలను చూపించకపోతే ఎక్కువ నష్టమేమీ వుండదు. కాని ఆ దోషాలే, ఆ బలహీనతలే ఆ పాత్రను మానవుడిగా తయారు చేస్తాయి. ఎటువంటి దోషాలూ లేనివాడు దేవుడే అవుతాడు. అటువంటి వాళ్ళను అర్థం చేసుకోటం కూడ కష్టమే. అటువంటి అర్థం కాని పాత్రల ప్రభావం మన మీద ఏ విధంగానూ వుండదు. మన ప్రాచీన సాహిత్యాన్ని పరిశీలించితే వాళ్ళు ఆదర్శ ప్రభావాన్ని చూపించారు. ఆ ఆదర్శాన్ని కూడ మనోరంజనాన్ని దృష్టిలో పెట్టుకొని ఆత్మ పరిష్కారానికి మార్గం చూపించి నిలబెట్టగలిగారు. సాహిత్యకారుడు కేవలం పాఠకులను సంతోషపెట్టడానికే ప్రయత్నం చేయకూడదు. ఆ విధంగా సంతోషపెట్టడానికి ప్రయత్నించటం హాస్యగాండ్రు, విదూషకుల కర్తవ్యం. సాహిత్యకారుని పదవి వాళ్ళందరికన్నా చాల ఉన్నతమైనది. సాహిత్యకారుడు మనకు మార్గదర్శకుడిగా వుండి మనలోవున్న మానవత్వాన్ని మేల్కొలుపు చేస్తాడు. ఇటువంటి కార్యాలు చేయకలిగిన వాడే సాహిత్యకారుడు. ఆ కార్యాలను నిర్వహించటానికి సాహిత్యకారుడు స్థిరంగా వుండాలి. ఎటువంటి ప్రలోభాలకు లొంగకుండా వాటినే లొంగదీసుకుని, వాంఛల పంజరంలో ఇరుక్కోకుండా ఆ వాంఛలనే నాశనం చేస్తూ, శత్రుసైన్యాన్ని సంహరిస్తూ ముందుకుసాగే సైన్యాధిపతివలె నిలబడకలిగే శక్తి సంపాదించాలి. అటువంటి రచయిత సరియైన పాత్రలు సృష్టించకలుగుతాడు. ఆ పాత్రలే మన మీద ప్రభావం చూపుతాయి.

రచనలు కళను పరిపూర్ణం చేయటానికే రచించాలి. కళ కళ కొరకే అన్న సిద్ధాంతం మీద ఆధారపడితే ఎవ్వరికీ ఎటువంటి అపాయము వుండదు. ఆ సిద్ధాంతాన్ని ఆధారంగా చేసుకొన్న సాహిత్యమే స్థిరంగా వుండగల్గుతుంది. మనలో వున్న మౌలిక ప్రవృత్తులు ఈర్ష్య, ప్రేమ, క్రోధం, లోభం, భక్తి, లజ్జ, వైరాగ్యం, సుఖం, దుఃఖం మొదలైనవాటిని ప్రత్యేక ఉద్దేశాలతో చూపించాలి. ఉద్దేశము లేని సాహిత్యము సాహిత్యమే కాదు. సాహిత్యము సాంఘిక, రాజనైతిక, ధార్మిక, మత ప్రచారాలకు వుపయోగపడ్తూవుంటే అది విలువలు కోల్పోయినట్లే. ఇప్పటి పరిస్థితులు మారిపోయాయి. క్రొత్త క్రొత్త ప్రయోగాలు, క్రొత్త క్రొత్త పద్ధతులు, క్రొత్త క్రొత్త అభిప్రాయాలతో రచయితలు సాహిత్యాన్ని ప్రత్యేక ఉద్దేశముతో నిర్మించాలనే నియమాన్ని మరచిపోతున్నారు. సమాజంలో వున్న పరిస్థితులు,

ఆందోళనల ప్రభావం రచయితమీద పడకుండా వుండదు. ఈ కారణమువలననే భారతదేశంలోనే కాకుండా యూరప్‌లో కూడ గొప్ప గొప్ప విద్వాంసులు, రచయితలు తమ రచనలలో ప్రత్యేక 'వాదాన్ని' ప్రచారం చేస్తున్నారు. ఆవిధంగా చేయుటవలన తమ రచనలు సమాజంలో స్థిరంగా వుండగలవా అని వాళ్ళు ఆలోచించరు. తమ ఉద్దేశాన్ని పరిపూర్తి చేయుటమే వాళ్ళ పరమావధి. ప్రత్యేక అభిప్రాయాలను, వాదాలను సృష్టించుతూ వుంటే ఆ నవలలు ఎక్కువ కాలం వుండునా లేదా అనే ప్రశ్న ఒకటి బయలుదేరుతుంది. విక్టర్ హ్యుగో వ్రాసిన 'లేమిజరబల్' టాల్‌స్టాయ్ వ్రాసినవి, డికెన్సు వ్రాసినవి ప్రత్యేక భావాల ప్రచారానికి తోడ్పడినా గాని సాహిత్యంలోని అవి ఉన్నత స్థానాన్ని పొందాయి. షా, వెల్స్ మొదలైన వాళ్ళంతా ఆ ఉద్దేశాలలో వ్రాసినవాళ్ళే.

నేర్పరి అయిన రచయిత తన ప్రత్యేక అభిప్రాయాలతోపాటు మౌలిక ప్రవృత్తుల సంఘర్షణను కూడ సృష్టించి ఆదర్శోన్ముఖంగా చేస్తాడు. దేశం సంపన్నంగాను, సుఖంగాను వున్నప్పుడు 'కళ కళ కొరకే' అన్న సిద్ధాంతాన్ని ఆచరించవచ్చు. ఇప్పుడు మనం అనేక రాజనైతిక, సామాజిక బంధనాలలో చిక్కుకొని వున్నాము ఎచ్చుచూచినా దుఃఖం, దరిద్రం తాండవనృత్యం చేస్తున్నాయి. ఆ ఆక్రందనలు విని హృదయం ద్రవించిపోతోంది. నవలాకారుడు వాటికి తగిన కృషి చేస్తాడు. వాటిని పరోక్షరూపంగా వ్యక్తీకరించినాసరే కాని స్వాభావిక విషయాల చిత్రణలోఎటువంటి విఘ్నము రాకూడదు. అలా జరిగినట్లయితే నవల నీరసంగా తయారవుతుంది.

డికెన్సు గొప్ప నవలాకారుడు "పిక్‌విక్ పేపర్సు" ఆయన హాస్యప్రధానంగా వ్రాసినది. "పిక్‌విక్" అన్న పేరు యాత్రికుల భాషలో డికెన్సు చెవిలోబడింది. ఆ పేరుకు తగిన విధంగానే విషయ సంగ్రహము, పాత్రల చిత్రణ మొదలైనదంతా జరిగిపోయింది. 'సైలాన్-మార్నర్' ఇంగ్లీషులో గొప్ప నవల దానిని వ్రాసింది జార్జి ఇలియట్. తన బాల్యంలో బట్టలు నేసేవాడి వీపు మీద బరువు ఎత్తబడి వుండటం అనేక సార్లుచూచి వుండుటవలన ఆ ఘటన ఇలియట్‌ను ఆ రచనకు పురికొల్పింది. 'స్కార్‌లెట్ లెటర్' హర్డన్ వ్రాసిన మర్మస్పర్శ రచన. ఈ పుస్తకం వ్రాయటానికి పాతకేసుకు సంబంధించిన రికార్డు ఆధారమైంది. ఇంతవరకు భారతదేశంలో నవలాకారుల జీవితచరిత్రలు వెలువడకపోవుట వలన రచనల ఉదాహరణలు ఇచ్చుట కష్టము. మా వూళ్లో వున్న ఒక గ్రుడ్డివాడ్ని చూచే 'రంగ భూమి' రచించాలనే అభిప్రాయం, ఆవేశం కల్గాయినాకు. ఒక చిన్న సంజ్ఞ, ఒక చిన్న బీజమే రచయితను ప్రోత్సహించి అతని కలము ద్వారా విలువగల రచనను సృష్టించి అందరినీ ఆశ్చర్యములో ముంచి వేస్తాయి. "యమ్ అంద్యూ-ఓహిమ్' కిప్లింగ్ వ్రాసిన

ఉత్కృష్టమైన కావ్యం. ఒక రాత్రి ఒక ఇంజనీరు కిప్లింగ్‌కు తన జీవితకథ విన్పించుట వలన ఆ కావ్యం సృష్టించబడింది. మరొక ప్రసిద్ధ రచయిత తాను వ్రాసిన ప్రతి రచన కూడ పొరుగువాళ్ళ ద్వారా విన్నవే అని వ్రాశాడు! అతడు కొన్ని గంటలు కిటికీలో కూర్చుని వస్తూ పోతూవున్న వాళ్ళను చూస్తూ వాళ్ళను చూస్తూవాళ్ళ సంభాషణలను వింటూ వుండేవాడు. నవలా ప్రియులంతా 'జేన్‌ఐర్' చదివేవుంటారు. దీని రచన కూడ విచిత్ర పద్ధతులలో జరిగింది. ఇద్దరు రచయిత్రులు నవలలో నాయిక అందంగా వుండాలా, అక్కర్లేదా! అని చర్చించుకొన్నారు. నేను అందవిహీనమైన అందరినీ ఆకర్షించే నాయికతో నవల వ్రాస్తాను, అని 'జేన్‌ఐర్' వ్రాసింది అందులో ఒక రచయిత్రి.

చాలా మంది రచయితలకు పుస్తకాధ్యయనము వలననే రచనాంకురము కల్గింది. 'హాల్‌కేన్' పేరు చాలా మంది వినేవుంటారు. ఆయన వ్రాసిన ఒక పుస్తకం హిందీలో 'అమరపురి' అన్న పేరుతో అనువాదం చేశారు. తన రచనలకన్నిటికి బైబిల్ నుంచే 'ప్లాటు' దొరుకుతుందని ఆయన అంటాడు. మేటర్లింక్ బెల్జియమ్‌కు చెందిన ప్రపంచ ప్రఖ్యాతిగాంచిన నాటకకారుడు. ఆయనను బెల్జియమ్ షేక్స్‌పియర్ అని అంటారు. ఆయన ఒక కవిత చదివి 'మోమాబోన్' అను డ్రామా వ్రాశాడు. అదే మాదిరిగా ఒక జర్మన్ డ్రామా చదివి 'మేరీ మెగ్డాలిన్' వ్రాశాడు. షేక్స్‌పియర్ నాటకాలను "రీసెర్చి" చేసి అనేక మంది డాక్టరేట్‌లు పొందారు. ప్రస్తుతం చాల మంది రచయితలు షేక్స్‌పియర్ పుస్తకాల ద్వారా 'ప్లాటు'ను సంపాదించకల్గారు. 'తిలిస్మ్ హోశరూబా' అనేది ఫారసీలో ఇరవైవేల పేజీలు కల్గిన పుస్తకము. దీనిని అక్బరు దర్బారులోవున్న 'ఫైజీ' వ్రాశారని అంటారు. అతడు కాదని కొంతమంది అంటారు. ఆ పుస్తకాన్నుండి 'దేవకీ నందన్' లాంటి చాలా మంది రచయితలు చాలా రచనలకు ప్లాటు సంపాదించారు.

ప్రపంచ సాహిత్యంలో కొన్ని ప్రధాన విషయాలు తీసుకొని కొన్ని వేల సంవత్సరాల నుండి అనేక రచనలు చేశారు. ఇంకా కొన్ని వేల సంవత్సరాల వరకు కూడ చేయగలరని నమ్మకం వుంది. మన పురాణాల మీద అనేక నాటకాలు, నాటికలు, కథలు కూడ వ్రాశారు. యూరప్‌లో కూడ యూనాన్ పురాణాలనాధారంగా తీసుకొని అనేక రచనలు చేశారు. 'ఇద్దరు సోదరుల కథ' అనే పుస్తకం మూడు వేల సంవత్సరాలకు పూర్వం వ్రాసినదని రష్యన్ విద్వాంసులు చెప్తూ వుంటారు. అది ఫ్రాన్సు నుండి భారత్ వరకు గల దేశాలలో మొత్తం పన్నెండు భాషలలో అనువాదం చేయబడింది. దానికి సంబంధించిన ఒక సంఘటన బైబిల్‌లో యథాతథంగా వుండటం చాల ఆశ్చర్యకరమైన విషయం.

రచయితలకు కల్పనాశక్తిలేక ప్రాచీన కథలను, పురాణాలను ఆధారంగా చేసుకొంటున్నారనుకోటం చాల పొరబాటు. ప్రస్తుతం ఉద్భవించుతున్న క్రొత్త క్రొత్త రచనలలో పురాణాలలో లభించే రసాల సమ్మేళనముగాని, ఆకర్షణగాని లేవు. ప్రాచీన రచనలను ఆధారంగా తీసుకొన్నప్పుడు విషయాన్ని అదే తీసుకొని రచనా విధానాన్ని నూతన పద్ధతిలోకి మార్చుతున్నారు. 'శకుంతల' ను గురించి ఇప్పుడు ఒక నవల వ్రాస్తే ఎంత మర్మస్పర్శనీయంగా వుండేది చెప్పనవసరము లేదనుకుంటా.

రచనాశక్తి కొంచంగానైనాసరే అందరికి వుంటుంది. దానిని అభ్యాసంగా చేసుకొన్నవాళ్ళకు ఎటువంటి ఆటంకము వుండదు. కలము తీసుకోవటం ఆలస్యం కల్పన, కలం వేగంలో కలసి పరుగెత్తుతుంది. కాబోయే రచయితకు ప్రారంభంలో తను ఓ క్రొత్తగోతిలో దూకటంలేదు కదా అనే సందేహం కల్గుతుంది. సామాన్యంగా ప్రారంభదశలో వున్నవాళ్ళకు ఒక నీచమైన సంఘటన ప్రేరేపించటానికి ప్రయత్నిస్తుంది. వినిగాని, కల కనిగాని, ఏదైనా చిత్రాన్ని చూచిగాని కల్పనాశక్తి వురకలు వేస్తూ వుంటుంది. ఒక వ్యక్తికి కలిగే ప్రేరణ ఆ వ్యక్తి మీదే ఆధారపడి వుంటుంది. కొంత మందికి కల్పన దృశ్య విషయాల ద్వారా, మరికొంత మందికి పరిస్థితుల ప్రభావము వలన, మరికొంత మందికి వినుచున్న విషయాల వలన ఉప్పొంగుతుంది. కొంత మందికి నూతన సురమ్య ప్రదేశాలలో షికారుకు వెళ్తూవుంటే కల్పనాశక్తి కలుగుతుంది. నది ఒడ్డున ఒంటరిగా తిరుగుతూవుంటే క్రొత్త క్రొత్త కల్పనలు కలుగుతాయి.

భగవంతుడు ప్రసాదించిన శక్తి అన్నిటికంటే విలువైనది. ముఖ్యమైనది కూడాను. ఆ శక్తి లేనపుడు ఇతరుల ఉపదేశాలు, అభ్యాసాలు నిష్ఫలమే అవుతాయి. ఎవరిలో ఆశక్తి వుంది? ఎవరిలో లేదో? అనే ప్రశ్నకు జవాబు లభించాలంటే చాలా కాలము గడచిపోతుంది. చాలా శక్తి కూడ వ్యర్థమైపోతుంది. అమెరికాలో ఒక పత్రికా సంపాదకుడు ఈ విషయాన్ని తెలుసుకోవటానికి ఒక క్రొత్త పద్ధతిని అవలంబించాడు. అనేక మంది యువకులలో ఎవరు రత్నమో, ఎవరు పాషాణమో తెలుసుకోవాలి. వెంటనే ఒక కాగితం మీద ఒక పేరు కల్గిన తెలివైన వ్యక్తి పేరు వ్రాసి ఆ కాగితాన్ని ఆ యువకుడికి ఇచ్చి ప్రశ్నలు అడగటం మొదలుపెట్టాడు. ఆ పేరుగల వ్యక్తి యొక్క ఆకారవికారాలు ఎలా వుంటాయి? ఆమె తలజుట్టు ఏ రంగులో వుంటుంది? ఆమె దుస్తులు ఎలా వుంటాయి? ఆమె తండ్రి పేరు ఏమైయుండవచ్చు? అతడు ఎక్కడ వుంటూ వుండవచ్చు? ఆమె ఏ వాతావరణంలో నివసిస్తూ వుంటుందని నీ వూహ? ఆమె ముఖ్యమైన 'హాబీ'లు ఏమిటి? ఇటువంటి ప్రశ్నలు వేస్తాడు. ఆ యువక మహాశయుడు ఈ ప్రశ్నలకు జవాబు ఇవ్వకల్గితే

యోగ్యుడన్నమాట. నిరీక్షణాశక్తి, ఊహాశక్తి లేకపోతే నవలాకారుడు కాలేడని ఆ సంపాదకుని వాదన. అందుకే ఈ పరీక్ష పెట్టేవాడు. ఈ పద్ధతి క్రొత్తదేకాని, దీనిలో భ్రమ ఎక్కువ పాళ్ళలో వుంది. రచయితలకు ఒక 'నోట్‌బుక్' తప్పకుండా వుండాలి. నేను ఎప్పుడూ అటువంటి పని చేయలేదు. కాని అది మాత్రం తప్పక వుండాలని మాత్రం సలహాయిస్తాను. క్రొత్త వస్తువును కాని, అందమైన వ్యక్తినిగాని, సురమ్య దృశ్యాన్ని గాని చూచినపుడు నోట్‌బుక్‌లో వ్రాసుకొంటే చాల వుపయోగపడ్తుంది. తమకు కావలసిన విషయాన్ని మస్తిష్కం గ్రహించలేనపుడు కూడ యూరప్ రచయితలు ఈ నోట్‌బుక్ తప్పకుండా ఉపయోగిస్తారు. మొదట నోట్‌బుక్ తప్పకుండా ఉపయోగించాలి. కొంత కాలానికి బాగుగా అభ్యాసం కల్గి యోగ్యత సంపాదించుతాడు. తను చూచిన దృశ్యం సజీవంగాను, సహజంగాను వర్ణించాలంటే ఈ పుస్తకంలో వ్రాసిన విషయాలు చాల వుపయోగపడ్తాయి. ఇక్కడ ఉదాహరణకు ఒక నవలాకారుని నోట్‌బుక్ వ్రాసిన విషయాలు ఇస్తాను.

అగస్టు 21, 12 గంటల సమయం, ఒక నౌక మీద ఒక మనిషి నిలబడి వున్నాడు. శ్యామవర్ణం, తెల్లగా పొడవుగా వున్న వెంట్రుకలు, వంగిన కనుబొమ్మలు. బరువుగావున్న కనురెప్పలు, లావుగా పైకి వుబికిన పెదవులు, మెలితిరిగిన మీసాలు ఇవే నేను చూశాను.

సెప్టెంబరు1- సముద్ర దృశ్యం, శ్యామశ్వేత వర్ణాలు మిళితమైన మేఘాలు, నీటిలో నీలంగా అగుపడే సూర్యబింబం, పచ్చగా మెరుస్తూ నురుగులుక్రక్కుతూ ఉవ్వెత్తున లేచిపడ్తున్న తరంగాలు, వాటి మీద సూర్యకిరణాలుపడి వింతగా ప్రకాశిస్తున్నాయి. నురుగు తుంపర్లను విసరుతూ తరంగాలు వింత సంగీతాన్ని విన్పిస్తున్నాయి.

ఆయననే మీ కథలకు ప్లాటు ఎక్కడ లభిస్తుందని అడిగితే అన్ని చోట్ల లభిస్తుందని నవ్వుతూ సమాధానమిచ్చాడు. రచయిత ఆసక్తితో, ఆవేశంతో పరిశీలిస్తే మందమందంగా వీస్తున్న ఆ చల్లని గాలిలోనే ప్లాటు లభిస్తుంది. రైలు బండ్లలోను, నౌకలలోను, వార్తాపత్రికల మీద, మానవుల సంభాషణలలోను అనేక కథలు వ్రాయవచ్చు. కొన్ని సంవత్సరాలకు పరిశీలన సహజ విషయంగా మారి తన దృష్టి తన అభిరుచుల ఆధారంగా నిలబడకల్గుతుంది. రెండు సంవత్సరాల క్రితం నేను ఒక మిత్రునితో పాటు షికారుకు వెళ్ళాను, మాట్లాడుకొంటూ కూర్చున్నాము. చల్లని గాలి వీస్తోంది. ఉన్నట్లువుండి ఆ మిత్రుడు ఈ ప్రపంచంలో నువ్వు, నేను తప్ప మిగిలిన వాళ్ళంతా చచ్చిపోతే ఎలా వుంటుందని ప్రశ్న వేశాడు. ఇంకేముంది? ఆ ప్రశ్నలోనే చాలా కథలకు చాల ప్లాటులు

దొరికి అనేక అందమయిన కథలు వ్రాశాను. వాటిని చదివి చాలా మంది మెచ్చుకున్నారు కూడా.

నవలలు వ్రాయటానికి ప్లాటు పుస్తకాల నుండి కాక జీవితం నుండే పొందమని అనేక మంది విద్వాంసులు చెప్తారు. వాల్టరు బెసెంట్ 'నవలారచన ' అనే పుస్తకంలో వ్రాస్తాడు: "నవలాకారుడు తనకు కావలసిన విషయాన్ని, ర్యాక్‌లో వున్న పుస్తకాల ద్వారా కాక తన నిత్యజీవితంలో ఎదురయ్యే సమస్యల నుంచి పరిచయమున్న వాళ్ళ నుంచి సంపాదించాలి. చాలా మంది తమకు వున్న కన్నుల నుపయోగించి వాస్తవిక దృశ్యాలను చూడరు. మనిషిలో వున్న రహస్యాలన్నిటిని మన కన్న ముందే చాలా మంది వ్రాసేశారు, ఇప్పుడు మనకు ఏమి మిగిలాయి అనే అనుమానం కల్గుతుంది. ఇది నిజమే కావచ్చు. మనకన్నా ముందు ముసలివాడిని, లోభిని, చంచలస్వభావముకల యువకుడ్ని, జూదగాడిని, త్రాగేవాడిని,చంచల స్వభావముకల యువతిని, చాలా మంది వర్ణించేవుంటారు. కాని ఆ పాత్రలలోనే మనకు క్రొత్త ప్రవృత్తులు అగుపడ్తాయి. పుస్తకాలలో నూతనత్వం లభించకపోవచ్చు గాని జీవితంలో మాత్రం తప్పకుండా లభిస్తుంది".

హెన్రీ జేమ్సు కూడ దీనిని గురించే ఇలా చెప్పాడు. "కల్పనాకుశలత కల్గిన రచయిత సూక్ష్మమైన భావాల ద్వారా కూడ జీవిత రహస్యాలను వ్యక్తీకరించకల్గుతాడు. వాయుస్పందనలో కూడ జీవితాన్ని సృష్టించకల్గుతాడు. కాని కల్పనకు ఆధారము కావాలి. ఒక ఆధునిక రచయిత్రి సేనాశిబిరాలను చూసి వుండదు. అలా చూడలేదని చెప్పటము అనౌచిత్యమేమీ కాదు. నేను ఒక ఇంగ్లీషు నవలాకారుడిని ఎరుగున్నాను. అతడు ఒక కథలో ఫ్రాన్సులో ప్రొటెస్టెంట్ యువకుల జీవితాన్ని గురించి వ్రాశాడు. దానిని గురించి సాహిత్య జగత్తులో అల్లకల్లోలం వ్యాపించింది. ఫ్రాన్సు రోమన్ కాథలిక్ దేశము, అక్కడ ప్రొటెస్టెంట్‌లు ఎక్కువగా దొరకరు. వాళ్ళను గురించి కల్పించి మరింత ఎక్కువగా వ్రాసేసరికి అందరికీ అనుమానం కల్గింది. కొంత మంది ఆ రచయితను పట్టుకొని నీవు ప్రొటెస్టెంట్‌లను చూశావా అని నిలదీసి అడిగారు కూడ. అసలు విషయమేమిటంటే ఆ రచయిత ఇద్దరో, ముగ్గురో ప్రొటెస్టెంట్‌లను చూశాడు. దానితో ఇంకేముంది? కల్పనా ఆధారం లభించి అది చిలవలు పలవలై అనేక మంది జీవితాలను సృష్టించటానికి అవకాశం కల్పించింది. ఒక్క అంగుళంలో ప్రయోజనాలు సృష్టించే వారికి ఈశ్వరీయ శక్తి వుందని చెప్పవచ్చు. కాని ఆ సృష్టి పాఠకులు నమ్మేట్లుగా వుండాలి".

జి.కె. చెస్టర్‌టన్ డిటెక్టివ్ నవలలు వ్రాయటంలో సిద్ధహస్తుడు. ఆయన కొన్ని ఆదర్శాలు కలిగిన డిటెక్టివ్ కథలే వ్రాస్తూ వుండేవాడు. ఆయన తన ఆశయాన్ని ఈ విధంగా చెప్పాడు. "కథలో వున్న మూల రహస్యాలను అనేక భాగాలుగా విభజించాలి. సూక్ష్మమైన రహస్యం, మధ్యలో దానికన్నా కొంచెం విస్తృతంగావున్న రహస్యం, చివరకు అంతా చెప్పివేయాలి. పాఠకునిలో ఏమి జరుగుతుందో అని ఆసక్తి కల్గించటానికి ప్రతిదానిలో కూడ రహస్యాన్ని ప్రవేశ పెట్టాలి. అంతిమంలో రహస్యాన్ని విప్పిచూపటానికి మరల క్రొత్త పాత్రలను సృష్టించకూడదు. కథలు వ్రాసేటప్పుడు ఈ విషయాన్ని బాగుగా గుర్తు పెట్టుకోవాలి. డిటెక్టివ్ కథలలో సామాన్యంగా చివరకు రహస్యాన్ని విప్పటానికి క్రొత్త పాత్రలు సృష్టించుతారు అది పెద్ద పొరపాటు. ఆరంభం నుంచి అంతం వరకు పాఠకునితో పాటు వెళ్తూ ఎటువంటి అనుమానానికి ఆస్కారంలేని పాత్రే రహస్యాన్ని విప్పాలి. అప్పుడే రచయిత రచనా నైపుణ్యం బయటపడ్తుంది."

రచయిత ఏది వ్రాయాలో ఏది వదలి పెట్టాలో నవలారచనలో బాగుగా గుర్తు పెట్టుకోవాలి. పాఠకుడు సామాన్యంగా కల్పనా స్వభావం కల్గివుంటాడు. కాబట్టి ఇటువంటి విషయాలను చదవటానికి ఇష్టపడడు. తను సులభంగా కల్పించుకొనే పుస్తకాలను అసలు చదవడు. రచయిత అంతా తనే స్వయంగా చెప్పి పాఠకుని కల్పనకు ఎటువంటి అవకాశము వదలకపోతే పాఠకుడు విసిగిపోతాడు. అంతే కాకుండా దానికి ఒక చిత్తు పుస్తకంగా ఎంచి దాని మీద తన ఇష్టము వచ్చిన అభిప్రాయాన్ని ఏర్పరచుకొంటాడు. తెలివిగల రచయిత పాఠకుడు ఏ విషయాలను స్వయముగా కల్పించుకొనగలడో ఏ విషయాలను తాను స్వయముగా పాఠకులకు చెప్పవలసి వస్తుందో ఊహించుకొంటాడు. కథలో గాని నవలలో గాని పాఠకునకు ఎక్కడ కల్పనావకాశాన్ని ఇచ్చుటచేతనే అది మరింత ఆదరం పొంది చదవటానికి ఆసక్తి కల్గించుతుంది. రచయిత తాను చెప్పవలసిన దానికన్నా ఎక్కువ చెప్పినా రచన అసహ్యంగా తయారవుతుంది. తక్కువ చెప్పినా కథలో మాధుర్యం తగ్గిపోతుంది. ఒక పాత్రను సృష్టించినపుడు గాని, ఒక దృశ్యాన్ని వర్ణించేటప్పుడు గాని అనుకరణ చేయకూడదు రెండు మూడు వాక్యాలలో చెప్పవలసినదంతా చెప్పివేయాలి. ఒక దృశ్యాన్ని చూచిన వెంటనే వర్ణించేటప్పుడు సామాన్యంగా అవసరం లేని మాటలు చాల వస్తూవుంటాయి. కొన్ని రోజులు ఆ దృశ్యాన్ని మనఃఫలకము మీద వుంచుకొని తరువాత వర్ణిస్తే అనవసరమైన మాటలు వాటంతట అవే తొలగిపోతాయి. ఏది అవసరమో.

ఏది అనవసరమో తెలపటానికి ఒక ఉదాహరణ ఇస్తున్నాను. ఇద్దరు స్నేహితులు సంధ్యాసమయంలో కలుసుకొన్నారు. వాళ్ళకు రామ్, శ్యామ్ అని పేరు పెడ్దాము.

రామ్ :– గుడ్ ఈవినింగ్ శ్యామ్, బాగా వున్నావా?

శ్యామ్ :– హల్లో రామ్? ఏమిటి ఇలా వచ్చావు?

రామ్ :– నువ్వు అసలు యీ మధ్య ఎక్కడా అగుపడుటలేదు. ఏమి చేస్తున్నావు?

శ్యామ్:– నేను ఎందుకు అగుపడటం లేదు. తమ దర్శనమే కరువైంది కాని.

రామ్:– ఈ గొడవ కేముందిగాని, అలా సంగీత సభకు వెళ్దాము వస్తావా?

శ్యామ్:– ఓ.

ఇదంతా చిన్న పిల్లలకు కథ వ్రాసినట్లుగా వుంది. వాళ్ళు కలుసుకోవటాన్ని సామాన్యంగా చిన్న సంకేతం ద్వారా తెలియజేయవచ్చు.

'అభినందనలు అందజేసుకొని వాళ్ళిద్దరు సంగీత సభకు వెళ్ళారు' అని....

నవల- విషయసేకరణ

నవలాక్షేత్రం మిగిలిన లలితకళల కంటే ఎక్కువ విస్తృతంగా వుంటుంది. వాల్టర్ బెసెంట్ దానిని గురించి ఇలా చెప్పాడు; "నవల మానవ చరిత్ర కంటే తక్కువేమీ కాదు. నవల తనలో వున్న పాత్రల భావాల వలన, దైవత్వం, పశుత్వాల వలన, ఉత్కర్షాపకర్షల వలన తన విలువను తనే ఏర్పరుచుకొంటుంది. మానసిక భావాల విభిన్న రూపాలు. భిన్న భిన్న పరిస్థితులలో వాటి వికాశము మొదలైనవీ నవలకు ప్రధాన విషయాలుగా నిలబడతాయి. ఇటువంటి విస్తారమైన విషయము కల్గియుండుటవలననే ప్రపంచ సాహిత్యములో నవలను ప్రధానాంగముగా గుర్తించారు. మనకు చరిత్రపట్ల ఆసక్తి వుంటే మనము వ్రాసే నవలలో చరిత్రకు సంబంధించిన అనేక విషయాలను కూలంకషముగా చర్చించవచ్చు. ఆధ్యాత్మికమంటే ఆసక్తి వుంటే అనేక ఆధ్యాత్మిక తత్వాలను గూర్చి విపులీకరించవచ్చు లేదా కవిత్వమంటే ప్రేమ వుంటే నవలలో దానికి కూడ ప్రాధాన్యత ఇవ్వవచ్చు. సాంఘికంగాను, నైతికంగాను, వైజ్ఞానికంగాను, ఐతిహాసికంగాను అన్ని విషయాలకు నవలలో ప్రాధాన్యత ఇవ్వవచ్చు, నవలా రచనలో రచయిత తన కలానికి ఇచ్చిన స్వాతంత్ర్యం మరే సాహిత్యాంగంలోను ఇవ్వడు. అంటే అర్థం నవలాకారునికి ఎటువంటి బంధనాలు లేవనికాదు. నవలలో వున్న విషయవిస్తరణే నవలాకారుని బంధనాలలో ఇరికించుతుంది. విశాలమైన మైదానాల గుండా వెళ్తే మన గమ్యాన్ని త్వరగా సుఖంగా చేరగలుగుతాము. అదే ఇరుకుగాను, అసహ్యంగాను వున్న మార్గాల వెంట వెళ్తూ వుంటే గమ్యాన్ని సుఖంగా త్వరగా చేరలేము. నవలాకారుని బాధ్యత కూడ అంతే. అతని బాధ్యత అంతా అతడు తీసుకున్న విషయం మీద ఆధారపడి వుంటుంది. విస్తృతంగాను, ఆసక్తిగాను వున్న విషయమైతే రచనలో నైపుణ్యం చూపటానికి ఎక్కువ అవకాశముంటుంది.

నవలాకారుని ప్రధాన గుణము అతని సృజనాత్మక శక్తి. శక్తి నవలాకారునిలో లోపించితే అతడు తన లక్ష్య సాధనలో సఫలత పొందలేడు. అతనిలో మరేయితర శక్తులున్నా లోపించవచ్చు కాని సృజనాత్మక శక్తి మాత్రం లోపించకూడదు. ఆ శక్తి

వున్నట్లయితే అతడు సృష్టించే దృశ్యాలను, మనోభావాలను, పరిస్థితులను తానే తరువాత గుర్తించలేడు. ఆ శక్తి అతనిలో లోపించినపుడు మాత్రం ఎన్ని దేశాలు తిరిగినాసరే, ఎన్ని పుస్తకాలు చదివినా సరే ఎంత విద్వాంసుడైన సరే, ఎన్ని అనుభవాలు సంపాదించినా సరే అతని రచనలో సరసత, సామ్యత వుండవు. చాల మంది రచయితలు మానవ ప్రవృత్తి రహస్యాలను మనోరంజకంగాను, ప్రభావాత్మకంగాను, సూక్ష్మంగాను, రచించగలిగే శక్తి కల్గి వుంటారు కాని వాళ్ళలో కల్పనా శక్తి లోపించుటవలన తమ పాత్రలలో ప్రాణాన్ని పోయలేరు. అంటే జీవనం కల్గిన పాత్రలను సృష్టించలేరు. వాళ్ళ రచనలు చదివి మనము నిజమైన సంఘటన చూస్తున్నామని పాఠకుడు ఎప్పుడూ అనుకోడు. నవలా రచన సజీవంగాను, ప్రభావాత్మకంగాను తప్పక వుండాలి. అలా చూపించటానికి అస్తవ్యస్త శబ్దాలను ప్రయోగించి పాఠకులను కంగారు పెట్టి ఇందులో నిగూఢ ఆశయము ఎక్కడో వుందని భ్రమలో వుంచటానికి ప్రయత్నించకూడదు. ఆడంబరంగా వున్న వాళ్ళను చూచి వాళ్ళ పట్ల మనము తప్పుడు అభిప్రాయం ఏర్పరుచుకుంటాము. అదే విధంగా శబ్దాడంబరము కలిగిన రచనలు చదివి ఇందులో ఎక్కడో గొప్పతనం దాగివుందని అభిప్రాయం ఏర్పరుచుకోకూడదు. అటువంటి వాళ్ళకు తాత్కాలికంగా కీర్తి లభించవచ్చు. వారి రచనలను పాఠకులు ఆదరించవచ్చు. కాని తరువాత మాత్రం అందులో వున్న విషయాలు తెలుసుకొని ఆ రచనలను శాశ్వతంగా తమ తలంపుకే దూరం చేస్తారు. విశేషత గూఢత్వంగా వున్న వాళ్ళను పాఠకులు ఎప్పుడూ ఆదరించరు. సరళంగా వుండి చెప్పవలసినదేదో సూటిగా చెప్పేవాళ్ళనే పాఠకులు ఎక్కువగా ఆదరిస్తారు. పాఠకులకు ఎటువంటి రచనలు ఆకర్షించగలవో రచయిత గమనించాలి.

తన రచనను ఘటనా ఔచిత్యము వలన సుందరంగా చేయటానికి నవలాకారునికి అధికారముంది. కాని అతడు సృష్టించే ప్రతి సంఘటన సహజత్వానికి చాలా దగ్గర సంబంధము కల్గివుండాలి. అంతేకాదు, తనకు అవసరమైన విషయసేకరణలో తను కూడ ఒక భాగంగా వుండాలి. అలా కాకపోతే అతని రచన సంబంధం లేని చీలికలు చీలికలుగా వుంటుంది. రచయిత నవలలోని ప్రధాన విషయాన్ని వదలివేసి అన్య విషయాలపై మక్కువ చూపి వాటిని గురించే చెప్తూవుంటే పాఠకుల ఆనంద ప్రవాహానికి అడ్డుగోడలు నిర్మించినట్లవుతుంది. కథామాధుర్యాన్ని పెంచేవి, 'ప్లాటు' వికాసానికి తోడ్పడేవి, గుప్త మనోభావాలను ప్రదర్శించేవి మాత్రమే నవలలో సంఘటనలుగా చిత్రించాలి. ప్రాచీన రచయితలు కథలలో ఘటనా ఔచిత్యాన్ని చూపడమే ప్రధాన ఆశయంగా పెట్టుకున్నారు. అందువలననే కథలో అనేక ఉపకథలు చెప్పి వాళ్ళు మనోరంజనాన్ని

కలుగజేస్తూ ఆశయాన్ని సాధించారు. సమకాలీన నవలలో మాత్రం మనోరహస్యాలను, పాత్రల రహస్యాలను వెల్లడించడమే రచయిత ఉద్దేశము. అందువలన అతడు తన పాత్రలను తన దృష్టి నుండి దూరం కానీయకుండా చాలా సూక్ష్మ దృష్టితో పరిశీలిస్తున్నాడు, ఆ విధంగా పరిశీలించి పాత్రలు సృష్టించబడిన నవలలో ఉపకథల అవసరముండదు.

ప్రపంచంలో వున్న ప్రతి వస్తువు నవలకు విషయంగా వుండగలదన్న మాట నిజమే. ప్రకృతిలో వున్న ప్రతి ఒక్క రహస్యము, మానవ జీవితంలో ఎదురయ్యే ప్రతి ఒక సమస్య యోగ్యుడైన రచయిత కలము నుండి వెలువడి ఆ రచన సాహిత్యలోకంలో అమూల్యమైన రత్నంగా స్థిరపడుతుంది. అంతే కాదు. విలువకల్గిన విషయము–దానిలో వున్న సత్యము రచనకు విలువలు సంపాదించి పెట్టటానికి కృషి చేస్తాయి. కథానాయకుడు అన్నీ సద్గుణాలే కలిగి వున్నత శ్రేణి మానవుడుగా వుండనవసరము లేదు. హర్షశోకాలు, ప్రేమానురాగాలు, ఈర్ష్యాద్వేషాలు మానవునిలో సహజంగా వుండే ప్రవృత్తులు. నవలాకారులు పాఠకులలో చైతన్యం తీసుకురావటానికి వాళ్ళ హృదయాలను సృశించే వీణా తంత్రులను మీటాలి. ఆ వీణానాదానికి పులకించిపోయి ఆ స్వరమాధుర్యంతో మన జీవితాన్ని మేళవింప చేయటానికి ప్రయత్నిస్తారు. తన పాత్రలలో వున్న మనోభావాలను నిజమైన రచయిత పాఠకులలో కూడ సృష్టించుతాడు. తను సృష్టించిన పాత్రలకు, ఆ పాత్రలను అధ్యయనం చేసే పాఠకులకు ఏకాత్మతా సంబంధాన్ని కలుగచేస్తాడు. తాను నవల చదువుచున్నాననే విషయం పాఠకుడు మరచిపోయేట్లుగా వుండాలి. వాళ్ళకు, రచయిత సృష్టించిన పాత్రలకు ఆత్మీయతా సంబంధము కలగాలి.

తన మీద ప్రత్యేక రూపంలో అఘాతం కలుగనంత వరకు మానవుని సానుభూతి సాధారణంగా మేల్కొనదు. మన ఆంతర్య భావాలు సాధారణ పరిస్థితులలో ఆందోళితం కావు. మన హృదయాలను కలచివేసేవి గాను, భావాల మీద లోతైన ప్రభావం చూపేవిగాను వున్న సంఘటనలను కల్పించాలి. శకుంతల, దుష్యంతుని దర్బారులో నిలబడి వుంటుంది. ఆమె తన సర్వస్వం రాజుకే అంకితం చేసింది. కాని రాజు ఆమెను గుర్తుపట్టలేక పౌరుషంగా మాట్లాడుతాడు. అప్పుడు శకుంతల పరిస్థితి ఎలా వుంటుంది? పరాధీనగా వున్న అబల జీవితాన్ని ప్రతిబింబింప జేసే ఇటువంటి సంఘటనలు హృదయాలను ఊగించకుండా ఎలా వుండగలవు? ప్రస్తుతం వెలువడుతున్న నవలలలో హృదయాన్ని స్పృశించే సంఘటనలు చాలా తక్కువగా వుంటున్నాయి. చాలా నవలలు లోతుగా వున్న ప్రచండ భావాలను ప్రదర్శించుట లేదు. అందువలన వాటిని చదివి మనము సాధారణ వాడుక విషయాలతోనే పరిచయం కల్గివుంటున్నాము.

నవలలో వాస్తవిక మానవీయ బలహీనతలను, వాంఛలను, ఉద్రేకాలను, సృష్టించాలా అవసరము లేదా అని మొదటి నుండి అభిప్రాయ భేదాలు కలిగి వున్నారు. ఆ బలహీనతలతోను ఆ వాంఛల, ఉద్రేకాలలోను చిక్కుకుపోయిన రచయిత ఎప్పటికి గొప్పవాడుకాలేడు. నిత్యజీవన సంగ్రామంలో మానవుని ఆంతరంగిక సంఘర్షణను గుర్తించి సత్యాన్ని నిరూపించటానికి ప్రయత్నం చేయలేడు. మన దృష్టులను అంధకారం వైపు కేంద్రీకృతం చేయటము యదార్థవాద ఉద్దేశము కాదు. ఆ అంధకారంలో మానవుడికి అంధకారం తప్ప మరేమి అగుపడ్తుంది? అందువలన మధ్యలో అప్పుడప్పుడు హాస్యము మొదలైనవి ఉపయోగించాలి. ఆ హాస్య ప్రయోగాల వలన దైహికంగా చల్లదనం కల్గుతుంది. సానుభూతి, ఉదారత చూపుటవలన మానసికంగా శాంతి లభించుతుంది. ఒక దుర్మార్గుడ్ని ఎప్పుడూ ఆదర్శంగా సృష్టించలేము సరికదా ఆ పాత్రను మరింత నీచంగా సృష్టిస్తాము. "పిరికివాడిని నువ్వు చాలా ధైర్యవంతుడవు అంటే ధైర్యవంతుడు కాలేడని చాలా మంది అంటూ వుంటారు. అతనిలో సాహసం, ఆవేశం అన్నీ వున్నట్లు చూపించాలి. ఇక వాటిని జాగృతం చేయటమే ఆలస్యం. జాగృతం చేయటం చాలా తేలకకూడాను. సాహిత్యము ఎప్పుడూ సత్యం సుందరంతో సంబంధము పొంది వుంటుందన్న విషయం మరువకూడదు.

ప్రస్తుతం హత్యలతోను, బందిపోటుతనాలతోను, చెడు ప్రవృత్తులతోను అనేక నవలలు నిండి వుంటున్నాయి. ఇటువంటి నవలలు మన సాహిత్య చరిత్రలో ఎప్పుడూ సృష్టించబడలేదు. డిటెక్టివ్ కథల వలన మామూలు కథల కంటే ఎక్కువ ఆనందము లభిస్తుందా? అంటే ప్రజలు నెమ్మది నెమ్మదిగా పాపం అంటే అసక్తి ఏర్పరచుకొంటున్నారా? ఒకప్పుడు మన సమాజం నైతికంగాను, వైజ్ఞానికంగాను చాల ఉన్నత పరిస్థితులలో వుందని అందరూ అంటారు. అయితే ఆ పరిస్థితుల నుండి ఇప్పుడు పతనం చెందిందా? ఈ పరిశ్రమల యుగంలో మానవుని కుతూహలానికి, ప్రేమకు తృప్తి కల్గించే శాంతి లభించకపోవటమే కారణము కావచ్చు. మానవునిలో పెరిగిపోవుచున్న ధనాసక్తి, ఈర్ష్య నవలా పాత్రలలో కూడ చూడాలనే దృష్టి కల్గివుంటున్నాము. ఒకడు ధనం కోసం ఒక ధనవంతుడిని హత్య చేస్తాడు. లేదా బ్లాక్‌మెయిల్ చేసి ధనం సంపాదించటానికి ప్రయత్నిస్తాడు. తరువాత సి.ఐ.డిలు రావటం, నేరస్థులను పట్టుకోవటం, శిక్ష వేయటం, అంతటితో పూర్తవుతుంది. ఇటువంటి అనురాగం, సహజోల్లాసము లేని కథలు ఎప్పుడూ ఆనందం చేకూర్చలేవు. ప్రస్తుతం మన దేశంలో ఇటువంటి సాహిత్యమే ఎక్కువగా రచింపబడుతోంది. ముందుముందు ఈ సాహిత్యం ఇంకా ప్రచారంలోకి వస్తుందని కూడ అనుమానం కల్గుతుంది. ఇటువంటి వాతావరణాన్ని సాహిత్యం సృష్టించితే మానవుని

చెడుప్రవృత్తులు మరింత ఉన్నత స్థాయికి పెరుగుతాయనే మాక్సింగోర్కీ చెప్పాడు. నిజంగా ఈ సాహిత్యం వలన మానవ హృదయంలో కోమల భావాలు లోపించి పశుప్రవృత్తులు స్థిరనివాసం ఏర్పరచుకొంటున్నాయి.

నవలలోని పాత్రల సృష్టి రచయిత శక్తి మీద ఆధారపడి వుంటుంది. ఆ పాత్రలు స్పష్టంగాను, వికాసపూర్ణంగాను వున్నపుడే పాఠకుల మీద తమ ప్రభావం చూపుతాయి. ఒక వ్యక్తిని చూడగానే అతని మనోభావాలను పూర్తిగా గ్రహించలేము. తరువాత పరిచయం పెరిగిన కొలది అతనిలో వున్న మనోరహస్యాలు మనకు తెలుస్తాయి. అదేవిధంగా నవలలోని పాత్రలు కూడ రచయిత కల్పనా పరిధులలో ఒకేసారి ప్రకటితము కావు. క్రమక్రమంగా వికాసం పొందుతాయి. పాత్రలు పొందే మార్పులు పాఠకునికి అస్పష్టరూపంగా అగుపడ్తాయి. చాలామంది రచయితలు రహస్యంగానే వికాసం తీసుకువస్తారు. మధ్యలో ఏ పాత్రయైనా వికాసోన్ముఖం కాలేకపోతే దానిని నవలలోంచి తొలగించి వేయాలి. నవల పాత్రల వికాసం చూపటానికే రచించాలి కాని పాత్రల సంకుచితత్వాన్ని చూపకూడదు. పాత్రల వికాసంలో దోషాలు వుంటే ఆ నవల బలహీనంగా తయారవుతుంది. ఆరంభంలో ఏ పరిస్థితులలో వుందో అంతంలో కూడ అదే పరిస్థితులలో వున్న పాత్ర వికాసం చెందలేదన్న మాట. ఆ పాత్రలలోని మనోభావాలు జ్ఞానం అభివృద్ధి చెందలేకపోతే ఆ పాత్రల సృష్టి ఒక అసఫల ప్రయోగము.

ఈ దృష్టితో ప్రస్తుతం వున్న నవలలను చూస్తే చాల దుఃఖం కల్గుతుంది. ఇప్పటి నవలలతో పాత్రల వికాసం ఏ విధంగాను జరుగుటలేదు. నవలారంభంలో ఆ పాత్ర ఏ పని చేస్తాడో అంతంలో కూడ అదే పని చేస్తూవుంటే వికాసంలో ఏమి తారతమ్యం కల్గినట్లు? నవల వ్రాసేటప్పుడు సృష్టించదలచుకున్న పాత్రల మానసిక భావాలను రూపు రేఖలనివ్వగలిగితే వాటిని చాలసరళంగా వికాసోన్ముఖం చేయవచ్చు. ఈ వికాసం పరిస్థితుల కనుగుణంగా వస్తూవుంటుంది. ఈ విషయంలో రచయిత, పాఠకుడు ఏకీభవించవలసి వుంటుంది. పాత్రలో పాఠకుడికి అసంతృప్తి కలిగితే రచయిత తన సృష్టిలో సఫలత పొందలేకపోయాడన్న మాట. రచయితకు పాత్రలలో ప్రత్యేకత చూపించే అవకాశం కల్గాలి. ఒకే నవలలో ఒకే లక్షణాలు కల్గిన రెండు పాత్రలను ఎప్పుడూ సృష్టించకూడదు. కొంత మంది ఆకార వికారాలలోను, సంభాషణలలో భేదం వున్నట్లు వ్రాస్తారుకాని అసలైన భేదం ఆకారవికారాలలోను, సంభాషణల్లో కాదు వుండేది. ప్రవృత్తులలోనే వుంటుంది.

నవలలో సంభాషణలు ఎంత తక్కువగా వుంటే అంత మంచిది. రచయిత ఎక్కువగా ఆ పాత్రల గురించి చెప్తూ వుండాలి. పాత్రలువాడే సంభాషణలు తమ

మనోభావాలను, అభిరుచులను వ్యక్తీకరించుతూ తమ శీలాన్ని చూపేట్లుగా వుండాలి. సంభాషణలు సరళమైన భాషలోను, స్వాభావికంగాను పరిస్థితులకనుకూలంగాను వుండాలి. ఇప్పటి నవలలో పాత్రలు మాట్లాడుకొనే మాటలు రచయిత స్వయంగా మాట్లాడినట్లే వుంటున్నాయి. సభ్యతా సమాజంలో భాషలో మార్పు తప్ప మిగిలిన విషయమంతా ఒకే మాదిరిగా వుంటుంది. బెంగాలీలు, మార్వాడీలు, ఆంగ్లోయిండియన్‌లు అప్పుడప్పుడు శుద్ధమైన హిందీ మాట్లాడుతూ వుంటారు. ఇది ఎప్పుడూ జరిగేదికాదు. తాత్కాలికంగా పరిస్థితుల ప్రోద్బలం వలన జరుగుతూ వుంటుంది. అప్పుడప్పుడు గ్రామీణ భాష మనలను సందిగ్ధంలో పడవేస్తుంది. బీహార్ గ్రామాలలో వాడే భాష ఢిల్లీ సమీపంలో ఎవ్వరూ అర్థం చేసుకోలేరు.

రచన వాస్తవముగా రచయిత మనోభావాలకూ, ప్రవృత్తులకు, ఆదర్శాలకు ప్రతిబింబంగా వుంటుంది. దేశ కాల పరిస్థితులను దృష్టిలో పెట్టుకున్న రచయిత తన రచనలో కూడ చూపించగల్గుతాడు. కొన్ని రచనలలో పాఠకులకు ఆనందం చేకూర్చే పాత్రలు కూడ వాస్తవిక పరిస్థితులకు దూరంగా వుంటాయి. అంటే రచయిత వాస్తవిక పరిస్థితులను అర్థం చేసుకోలేకపోయాడన్న మాట. అటువంటి రచయితలు డిటెక్టివ్ కథలు, గారడి కథలు వ్రాస్తూ వుంటారు. రచయిత ఆశావాది అయితే తన రచనలో కూడ ఆశావాదాన్ని చూపగలడు. శోకవాది అయినట్లయితే ఎంత ప్రయత్నం చేసినప్పటికీ పాత్రలలో జీవితానందాన్ని, ఆశను సృష్టించలేడు. "ఆజాద్ కథ" చదివినట్లయితే రచయిత ఉద్దేశము పాఠకులను నవ్వించటమే అని తెలుస్తుంది. ఆ రచయితకు జీవితంలో వున్న ఎటువంటి గంభీరమైన విషయాలు తెలియవు. అతడు సమాజ పరిస్థితులను తెలియజేయాలనుకున్నచోట శైలి శిథిలమైపోయింది. దానిని నేను హిందీలోనికి అనువదించాను.

నవల పూర్తిగా చదివిన తర్వాత పాఠకుడు ఆనందానుభూతిని పొంది సద్భావనలు జాగృతం చేయగల్గితే ఆ నవల సంపూర్ణ ఫలితం పొందినట్లే. మొరటు కలిగిన వాడు, జీవితాన్ని వాహనంగా వుపయోగించేవాడు, జీవితంలోని వాస్తవిక పరిస్థితులను అర్థం చేసుకొన్నవాడు, అభిమానావమానాలకు అతీతంగా వున్నవాడు, ఆడంబరానికి దూరంగా వున్నవాడు, జీవితానందం ప్రదానం చేసే రచనలు చేయగల్గుతాడు.

నవలా పాఠకుల అబిరుచులు కూడ ఇప్పుడు మారిపోతున్నాయి. వాళ్ళు ఇప్పుడు రచయిత కల్పనాశక్తి చూచి సంతోషం పొందుటలేదు. 'కల్పన కల్పనే. యదార్థాన్ని చాటలేద'ని వారు అభిప్రాయపడ్తున్నారు. అనుభూతుల మీద స్థిరంగా నిలబడగలవాడే

భవిష్యత్‌లో మంచి రచయితగా పేరు పొందగలడు. భవిష్యత్‌లో రచనలు కల్పనకు దూరంగాను, సత్యానికి సమీపంలోను వుంటాయి. మనః ప్రవృత్తులు కల్పితం కాదు. వ్యక్తుల జీవితం మీద ఆధారపడి వుంటాయి. పరిస్థితులు స్వాభావికంగా వున్నప్పటికి ప్రతివాళ్ళు అంతిమ ఫలితం తాము ఆశించినట్లుగానే వుండాలని అనుకొంటారు. స్వాభావికతను ఎంత అందంగా సృష్టించకలుగుతామో రచన కూడ అంత అందముగా నిలబడ కల్గుతుంది. వీటితో కూడ పాఠకుడు సంతృప్తి చెందడమోనన్న అనుమానం కల్గుతోంది.

భవిష్యత్‌లో నవలలన్నీ జీవిత చరిత్రలే ప్రధాన విషయంగా కల్గివుంటాయి. ఆ పాత్ర ఆదర్శవంతం కానీ, కాకపోనీ పాఠకునికి ఎటువంటి సంబంధము వుండదు. ఏ ఏ పరిస్థితులలో ఆ పాత్ర స్థిరంగా నిలబడ కల్గుతుందో ఆ పరిస్థితుల నాధారంగా తీసుకొని గొప్పతనాన్ని నిర్ణయించుతారు. కాని ఆ పాత్ర నవలా పద్ధతిలోనే సృష్టించబడాలి. ఇప్పుడు మనం లేని దానిని వున్నట్లుగా వర్ణించటానికి ప్రయత్నిస్తున్నాము. ఇక ముందు ముందు వున్న దానినే లేనట్లుగా సృష్టించాలి. ఆ పాత్ర ఆదర్శవంతుడు గాని, దేశభక్తుడు గాని యదార్థాన్నాధారంగా తీసుకొనే ప్రవృత్తులు నిర్ణయించుతాడు. అప్పుడు రచనా విధానము ఇప్పటి కంటె చాల కష్టంగా వుంటుంది. ఎందుకంటే అందరి హృదయాలలోను గౌరవ భావం కల్గినవాడు వుండటం కష్టం.

సాహిత్యము-జ్ఞానవాదము

సాహిత్య పరిషత్‌లో లక్ష్మీనారాయణమిశ్రా ఈ విషయాన్ని గురించి సారగర్భితమైన ఓ ఉపన్యాసం ఇచ్చారు. అది చాల వాస్తవికంగా వుంది. మనకు జీవితంలో ప్రతి అడుగులోను జ్ఞానం చాల వుపయోగపడ్తోంది. దానిని అదృశ్యం చేస్తే మనము ప్రగతిలో ఒక్క అడుగు కూడ ముందుకు వేయలేము. అయినప్పుడు సాహిత్యము దానిని ఎందుకు ఉపేక్షిస్తుంది? జీవితంలోని ప్రతి వ్యవహారాన్ని జ్ఞానవాద ప్రకోణాల్లో నుంచి చూచినట్లయితే జీవితము చాల దుర్భరంగా తయారవుతుంది. కాని భావుకతను సరియైన మార్గంలో పెట్టాలంటే జ్ఞానం తోడ్పడుతుంది. లేకపోతే మానవుడు అనేక బంధనాలలో చిక్కుకు పోతాడు. అదే విధంగా జ్ఞానం మీద కూడ మనోభావాల శక్తి లేకపోయినట్లయితే మానవుడు దేవుడవుతాడో లేక రాక్షసుడవుతాడో చెప్పలేము. జ్ఞానవాదం ప్రతి వస్తువును ఉపయోగితా దృష్టితో చూస్తుంది. ఈ విషయం బాగానే వుంది. ఎందుకంటే సాహిత్య జీవితంలో ఎటువంటి ఉపయోగము లేకపోతే అది ఎందుకు పనికిరాని వస్తువుగా భావించవలసిందే. జీవితపు సమస్యలను పరిష్కరించటానికి, జీవితాన్ని సుఖవంతంగాను, అర్థవంతంగాను చేయటానికి సాహిత్యము ఉపయోగపడుటకంటే ఎక్కువ ప్రయోగము ఏమీ వుండదు. జైనేంద్రప్రసాద్ ప్రకృతికి, జీవితానికి సంబంధం పెంపొందింప జేయటానికి వుపయోగపడేదే సాహిత్యమని అంటాడు. నిశ్చలమైన భావుకత ఈ సంబంధాన్ని పెంపొందించ లేదు. ఈ రెంటి సమన్వయము కుదిరినపుడే ఏకతాభావం ఉద్భవించటానికి అవకాశము వుంది. నిజంగా చెప్పుకోవాలంటే సాహిత్యములోను, కళలలోను జ్ఞానవాదం ఏ విధంగాను ఉపయోగపడదు. సాహిత్యం భావుకత కల్గివుంటుంది. ఆ భావుకత ఎక్కడో ఎగిరిపోవాలంటుంది జ్ఞానవాదం. వైరాగ్యవాదం, దుఃఖవాదం, నిరాశావాదం జీవితంలో వున్న శక్తులను బలహీనం చేస్తాయి. సాహిత్యంలో వీటి అధికారం నెలకొల్పితే జీవితంలో బలహీనత తప్ప మరేమీ లేదని రుజువౌతుంది. తమ ఇష్టము వచ్చినట్లు సంచరించినట్లయితే జ్ఞానవాదం, తర్కవాదం, ఔపయోగికవాదం కూడ జీవితాన్ని దుర్బలం

చేస్తాయి. విద్యుచ్ఛక్తి వలన అనేక యంత్రాలు నడుస్తూ మనకు చాల ఉపయోగం కల్గుతోంది. కాని విద్యుచ్ఛక్తే ఎక్కువ పాళ్ళలో ప్రసరించితే మొదటికే ముప్పు వాటిల్లుతుంది. కేవలం ఆ వాదాన్నే ఆధారంగా చేసుకొన్నప్పుడు మిగిలిన విషయాలను వదలివేయకూడదు. 'షా' జ్ఞానవాదాన్ని బలపరుస్తూ రచనలు చేస్తాడు. అయినప్పటికీ ఆయన రచనలలో హాస్యము, వ్యంగ్యము, వినోదము కూడ భాగం పంచుకొంటాయి. జ్ఞానవాదానికి సంబంధించిన అనేక విషయాలను గురించి చెప్తూ కూడ వానిలో భావుకతను నింపుతాడు. వాడు రోల్సు రాయిస్‌లోనే ఎందుకు పోవాలి? బేబీ ఆస్టిన్‌లో ఎందుకు వెళ్ళకూడదు? ఇలా వుంటాయి ఆయన ప్రశ్నలు. ఆయన జ్ఞానవాదము మీద మిసెస్ షా ప్రభావం లేకపోతే బహుశా 'షా' ఏ పిచ్చాసుపత్రిలోనో కూర్చొని గాలి పీలుస్తూ వుండేవాడు. మనుష్యుడిలో కేవలం జ్ఞానమూ లేదు. భావుకతా లేదు. ఈ రెండూ మిళితమైయున్నాయి. అందువలన సాహిత్యంలో కూడ ఈ రెండూ మిళితమై యుండాలి. జ్ఞానవాదం రసాల వుపయోగము వ్యర్థమని చెప్తుంది. ప్రేమ వియోగాలు, క్రోధశాంతాలు, దయామోహాలు జ్ఞానవాదుల దృష్టిలో హేయంగా వుంటాయి. న్యాయం, సద్భావన ఈ రెండే జీవితంలో నిండివుంటాయని అనుకుంటారు. ఆ ప్రభావము వలననే మనలోని మానవత్వము అదృశ్యము కావించబడింది. ఇక్కడ ఒక ఉదాహరణ తెలియజేస్తాను. 'ఒక ప్రయాణికుడ్ని దొంగలు చుట్టుముట్టారు' సమిష్టివాద ప్రభావము ఎక్కువగా ఉన్నపుడు అసలు ప్రపంచంలో దొంగలే వుండకూడదుగా మరి!

మరొక ఉదాహరణ తీసుకొండి. కొంత మంది దుర్మార్గులు ఒక స్త్రీని బలవంత పెడ్తున్నారనుకుందాము. సమిష్టివాదము ప్రకారము దుర్మార్గులు వుండకూడదుగా మరి! అయితే ఈ సమిష్టివాదం కూడ దుర్మార్గాన్ని అంతం చేయలేదన్న మాట! సరే ఆ సమయంలోనే ఒక యాత్రికుడు అటునుంచి వస్తున్నాడు. 'ఈ దుర్మార్గులను పారద్రోలి ఆ స్త్రీని రక్షించు అది నీ ధర్మం' అని భావుకత చెప్తుంది. నేను ఒంటరిగా ఈ దుర్మార్గులనందరిని ఎదుర్కొనగలనా? అనవసరంగా నేను కూడ ఆహుతియైపోతానేమో. ఆ దుర్మార్గులు స్త్రీ శీలాన్ని నాశనం చేసి ప్రాణమైనా వదులుతారు. కాని నేను వెళ్తే వాళ్ళు నా ప్రాణం తీసి రక్తబిందువులు రుచిచూడరూ! అని చెప్తుంది జ్ఞానవాదము. ఇక్కడ కల్గిన భావుకతే మానవత్వం. జ్ఞానవాదం బలహీనతను, పిరికితనాన్ని నేర్పుతుంది. ప్రేమాడంబరాలన్నిటిని తీసివేస్తే దాంపత్య జీవితం సంతానోత్పత్తికే అన్నట్లుగా వుంటుంది. మహారాజు రాణిదగ్గరకు వెళ్ళి ప్రేమాభిమానాలు ఏమీ లేకుండగనే 'నేను నీ నుంచి సంతానోత్పత్తిని కోరుచున్నాను. నువ్వు నాకు కావాలి' అంటే ఆ రాజుశవం మరునాడు

బావిలో తేలుతుంది. ప్రజల భాషా రచయితలకు రతివర్ణనల ఘృణాస్పదంగా వుంటే జ్ఞానవాదం ఇటువంటి సారం లేని పద్ధతి మరింత ఘృణాస్పదంగా తయారు చేస్తుంది. ఈ జ్ఞానవాదాన్ని ప్రయోగించితే ఎవ్వరూ చదవను కూడ చదవరు. ఈ జ్ఞానవాదం సాహిత్య రాజ్యంలో నియతృత్వం చేయలేదు. ప్రజల మనోభావాలను తెలుసుకోగల్గినపుడే మనము వాళ్ళకు అతి సమీపముగా ప్రవర్తించటానిక అవకాశము కల్గుతుంది. మనము ప్రదర్శించే నాటకంలో భావుకత రసమిశ్రణము లేకుండా కేవలం జ్ఞానవాదమే అగుపడ్తే మరు నిముషంలో ఆచట ఆ నాటకం వ్రాసినవాడు, ఆ నాటకాన్ని అభినయించేవాళ్ళు తప్ప మరెవ్వరూ వుండరు. నవ్వటమూ, ఏడవటమూ కూడ ఒక విధంగా భావుకతే. కాని జ్ఞానవాదంలో ఈ భావుకత ఏది. ఏడ్చుటవలన చచ్చినవాడు బ్రతుకుతాడా? కావలసిన వస్తువు చేతికి లభిస్తే ఇంకా నవ్వవలసిన అవసరం ఎందుకు వుంటుంది? అని అంటుంది జ్ఞానవాదం. ఇటువంటి సారంలేని సాహిత్యాన్ని అమృతంతో మిళితం చేసి ఆవిరిలా ఎగిరిపోతుంది. సాహిత్యములో జీవశక్తి నిరూపించే ఓర్పువుండాలి. కేవలం మనోభావాల ద్వారా సాహిత్యం మనకు లభించదని మనకు తెలసు. ఆదర్శ సాహిత్యము జ్ఞానాన్ని, భావాన్ని మిళితం చేసి చూపించాలి. ఈ జ్ఞానానికి అనేక శాస్త్రాలు, విజ్ఞానాలు వుండి అనంత వైశాల్యాన్ని ఏర్పరుస్తున్నాయి. కాని అవి సాహిత్యములోను, కళలలోను కూడ మనోభావాలకు, మానసిక అవేశాలకు స్థానం ఇచ్చుట లేదు.

సాహిత్యము - ఆస్తిక, నాస్తికవాదాలు

పూర్వకాలంలో చెలరేగిన ఆస్తిక, నాస్తిక వాదాలు ఇప్పుడు చదువుకొన్న వాళ్ళలో చెలరేగుచున్నాయి. ఈ సమస్య ఎప్పటికీ తీరదు. కాని దాని సమస్యా రూపం మాత్రం మారుతూ వుంటుంది. సుమారు ఏ యాభై సంవత్సరాలకు పూర్వము విజ్ఞానము ఇంత వికాసం పొందనపుడు అంటే అపుడపుడే ఆవిరి యంత్రాలు, విద్యుచ్ఛక్తి మొదలగు వాని నిర్మాణం అభివృద్ధిలోకి వస్తున్నపుడు మానవుడికి తన శక్తి మీద నమ్మకం ఏర్పడింది. నాస్తికవాదము ఆ నమ్మకానికి ప్రోద్బలం ఇచ్చింది. విద్వాంసులు భగవంతుడు వున్నాడా? లేడా అనే సందేహానికి గురయి సమాజాన్ని సంఘర్షణకు బలిచేస్తారు. ప్రకృతిలోవున్న ఏ రహస్యాన్ని కూడ తన తెలివితేటలతో తెలుసుకోలేనివాడు భగవంతుడిని సమస్యగా తీసుకున్నాడు. వికాసం పొందుచున్న విజ్ఞానం ఆ సమస్యను మరింత జటిలం చేసి నెమ్మది నెమ్మదిగా దానికి ఒక క్రమరూపం ఇచ్చింది. ఇంకేముంది? చదువుకొన్న సంఘమంతా భగవంతుని మరిచిపోయారు. అయినప్పటికి అప్పుడప్పుడు మరల ఆ సమస్య ఉత్పన్నమౌతోందని చెప్పుకోవచ్చు. ఆవిరి విద్యుచ్ఛక్తి తన మేధస్సును, శక్తిని ఉపయోగించి మానవుడు తయారు చేస్తే ఈ భూమి, ఆకాశంలాంటి కొన్ని ప్రాకృతిక వస్తువులు భగవంతుని సహాయం లేకుండగనే సృష్టించబడ్డాయా? ఈ ప్రశ్న వాళ్ళకు కలుగనే కలుగదు. కలిగినా వెంటనే నాస్తికవాదం ఈ సృష్టి రహస్యాన్ని చెప్పివేసి పరమాణుయుగ పతాకాన్ని గగనతలం వరకు ఎగురవేస్తుంది. ఈ విద్వాంసులు, విజ్ఞానవేత్తలు అందరూ కూడ ఈ పతాకం ఎదుట తలవంచారు;

కాని మానవుని మేధస్సుకు ప్రతిబింబంగా నిలిచిన విజ్ఞానం భగవంతుని అద్భుతమైన శక్తి ఎదుట ఏ శక్తి నిలువలేదని, ఆ శక్తి లోతులు తెలుసుకోటానికి నిదిగిన కొలది ఎక్కువ లోతు వుందని తెలుసుకొంది. దానితో విద్వాంసులు, విజ్ఞానవేత్తలు కొంచం చల్లబడ్డారు. నాస్తికవాద సృష్టివలన సమస్యలు మరింత జటిలమవటమేగాని

పరిష్కరించబడవని వాళ్ళు తెలుసుకున్నారు. అందువలన నాస్తికవాదం తన పతాకం అవనతం చేయవలసి వచ్చింది. ఏ ఐన్‌స్టీన్ కన్ననో గొప్పవాడు వచ్చి ఐన్‌స్టీన్ సిద్ధాంతాలని మిధ్య అని అంటే మరల ఈ నాస్తికవాదం తల ఎత్తి సమస్యలను జటిలం చేస్తుంది. బహుశా ఆ సంఘర్షణ చిరకాలము వరకు సాగటానికి కూడ అవకాశాలున్నాయి. ఈ సంఘర్షణలలో తమ దైహిక, పారివారిక అవసరాలను తీర్చుకోగలిగిన వాళ్ళకు మనోల్లాసమైన మంచి అవకాశం కల్గుతుంది. మూడుకోట్ల రెట్లుగా అగుపడే ఖగోళాన్ని ఇరువై లక్షల బింబాలుగా అగుపడే సూర్యుడ్ని దుర్భిణీ యంత్రాలలో చూచి సృష్టిని మనం చాల అభివృద్ధి చేశాము అనుకొనే విజ్ఞానవేత్తలకు ఈ అనంతసృష్టి వీళ్ళ సృష్టికన్నా ముందుగనే వుందని తెలియదు. విజ్ఞానవేత్తలు చూపించే ఎలక్ట్రానులు మొదలైనవి మానవ మస్తిష్కాన్ని ఆశ్చర్యంలో ముంచుతుంది. ఈ ఆస్తికవాదానికి విజ్ఞానవేత్తలు సృష్టించి చూపే నాస్తికవాదానికి మధ్యలో వుండి నలిగిపోయేకంటే కొంతకాలము మాట్లాడకుండా వుండే పరిస్థితులే ఫలితాన్ని నిర్ణయిస్తాయి.

సామాన్య జనులకు ఎప్పుడూ ఎటువంటి సమయంలో కూడ ఈశ్వరుని గురించి వివాదము చెలరేగదు. ప్రాపంచిక విషయాలలో అసక్తి చూపుతూ మరల వాటి నుంచి తప్పుకోవటానికి ప్రయత్నం చేస్తూ వున్న వారికే ఈ సంఘర్షణ కల్గుతుంది. భగవంతుని గురించి కొంత మంది ఈ విధంగా చెప్తారు. “భగవంతుని ఆజ్ఞలేనిదే ఆకుకూడ కదలదు. ఆ భగవంతుడే సుఖదుఃఖాలను, జీవన మరణాలను, స్వర్గనరకాలను కల్పించును. ప్రపంచాన్నంతా ఏకచ్ఛత్రాధిపత్యంగా పరిపాలిస్తాడు. అన్యప్రాణులను హింసించేవాడికి ఈ జన్మలో కాకపోయినా మరోజన్మలో అయిన తప్పక శిక్ష లభించును”. వాళ్ళననుసరించి కొంత మంది క్రొత్త ప్రచారం చేస్తారు. “భగవంతుడు ఈ ప్రపంచాన్ని సృష్టించి పూర్తి స్వాతంత్ర్యం ఇచ్చి వదలివేశాడు. మానవుడు దానిని ఏమి చేసుకొంటాడో భగవంతునికి సంబంధము వుండదు. భగవంతుడు పెట్టిన నియమాలను ఉల్లంఘించితే శిక్ష అనుభవించవలసి వుంటుంది. నియమాలను అనుసరిస్తూవుంటే రాజు, మంత్రిగా, సైన్యాధిపతిగా తానే మారి మనలను రక్షిస్తాడు” అని వాళ్ళు చెప్తూవుంటారు. ఒకళ్ళమీద ఒకళ్ళు అత్యాచారాలు చేసుకున్నా భగవంతునికి సంబంధముండదట. శక్తిని కూడతీసుకొన్న వాడే బలవంతుడుగా పరిగణించబడి బలహీనులను లొంగదీసుకోవచ్చునట. అసలు ఈ శక్తి ఏ విధంగా పొందాలో మానవుడు అనుభవం ద్వారా కొంత, విజ్ఞానం ద్వారా కొంత తెలుసుకున్నాడు. పురుషార్థం తెలిసినవాడికే విజయం చేకూరుతుంది. బలహీనుడికి, పురుషార్థం తెలియని వారికి ఎప్పుడూ ఓటమి లభిస్తుంది. ఇందులో భగవంతునికి ఎటువంటి

సంబంధము వుండదు. మానవుడు లక్ష ప్రార్థనలు చేసినా, లక్ష జపతపాలు చేసినా ఏమీ ప్రయోజనము వుండదు. కాని ఒక దేశం మరొక దేశాన్ని కబళించడానికి ప్రయత్నిస్తున్నప్పుడు మాత్రం ఇదంతా భగవంతుని పనే అని అనుకుంటారు. 'మేము ఏమీ చేయలేము. అంతా నీదయే' అనటం మన బలహీనతను నిరూపిస్తుంది. మన శరీరంలో ప్రాణం వ్యాపించివున్నట్లుగా భగవంతుడు కూడ రోమరోమంలోను; అణుఅణువులోను వున్నాడని అందరూ అంటారు. భగవంతుడు శక్తిని ప్రసాదించే తన కర్తవ్యం నిర్వహిస్తాడు. ఆ శక్తిని మనము ఇష్టము వచ్చిన రూపంలో వినియోగించుకోవచ్చు. అందరి కంటె కూడ తనే గొప్పవాడని అనుకోటం మానవుని సహజ లక్షణం. అదే మూర్ఖతగా కూడ వుంటుంది. చెట్లు, నల్లులు కూడ మనలాంటి ప్రాణులే. వృక్షాలను మనం నాటుతాము. పెంచుతాము. నాశనం కూడ చేస్తాము. నల్లులు మనలను కుట్టి మన చేత చంపబడతాయి. ఒక వేళ అవి కుట్టకపోతే మనకూ వాటికీ ఏమీ సంబంధము వుండదు. ఈ ప్రాణుల మీద జరిపే ప్రయత్నమంతా మనదే. ఈ ప్రాణులతో భగవంతునికి సృష్టించిన తరువాత ఏమీ సంబంధము వుండదు. అదే విధంగా మానవజాతిని సృష్టించిన తరువాత భగవంతునికి ఏమీ సంబంధము వుండదు. పరస్పరం అన్యోన్యంగా వుండనీ, కలహించుకోనీ, సమిష్టి జీవనం చేయనీ, చేయకపోనీ, గోపూజ చేయనీ లేదా గోహత్య చేయనీ భగవంతునికి ఎటువంటి సంబంధము వుండదు. మానవుడు తన వున్నతి తను చేసే పనుల మీదనే ఆధారపరుచుకుంటాడు. మానవుడు చేసిన పని సంఘానికి నష్టం కల్గించితే పాపం. లాభం చేకూర్చితే పుణ్యం. మనం చేసే పనులు సాంఘిక దృష్టితో ఉపకారమా? లేక అపకారమా? అని నిర్ణయించటం తప్ప అంతకన్న ఎక్కువ సంబంధమేమీ వుండదు. ఆదికాలం నుంచి కూడ సామాజికంగా ఉపకారం చేయాలనే ప్రయత్నమే ఎక్కువ జరుగుతోంది. సంఘ వ్యవస్థీకరణలలో కూడ భేదాలువున్నాయి. ఒక సంఘం ఇతరుల ధనం అన్యాయంగా పరిగ్రహించటం మానవతా విరుద్ధమనుకొంటే, మరొక సంఘం ఇతరుల నుండి వస్తువులు ధనంపెట్టి కొనటం పాపమనుకుంటుంది. ఒక సంఘం జంతువులను తమ మనోల్లాసానికి సంహరిస్తూవుంటే, మరొక సంఘం మానవులనే వేటాడటానికి ప్రయత్నిస్తుంది. ఒకానొకప్పుడు, ప్రస్తుతం కూడ కొన్ని ధర్మ మత సంస్థలు వ్యక్తిగతంగా నెలకొల్పబడుతున్నాయి.అంటే వాళ్ళు తమకు కావలసిన అన్ని సౌకర్యాలు ఈ లోకంలోను, పరలోకంలో కూడ రిజర్వు చేసుకునేవాళ్ళు. తమ ఇష్టానుసారంగా సాంఘిక నియమాలను మార్చుతారు. ఆ సౌకర్యాలు మిగిలిన వాళ్ళకు కల్పించేవారు కాదు. దానితో సంఘంలో చీలికలు ఏర్పడి ప్రత్యేక వర్గాలు ప్రత్యేక విషయాల ప్రచారాలు

చేస్తున్నారు. ప్రతి వర్గము అన్యవర్గాలను అతిక్రమించి తన బలాన్ని పెంపొందించాలని అనేక ఉపాయాలను యోచిస్తున్నది. వాళ్ళు నెలకొల్పే ధర్మాల వెనుక జరిగే అత్యాచారాలు ఎవరికి తెలియవు? నేటి సమాజంలో ధర్మం ఒక వ్యాపారంగా పరిణమించింది. ఆ వ్యాపారం కొరకు సమాజంలోనే కాకుండా అంతర్జాతీయంగా కూడ ఎటువంటి సంఘర్షణలు జరుగుతున్నాయో అందరికి తెలుసు. ఇటువంటి వ్యవహారాలలో భగవంతునికి ఎటువంటి సంబంధము లేదు. రాముడు ఇరవై అవతారాలు ధరించాడన్నా, గాంధీ, క్రీస్తు కూడ దేవుళ్ళే అని చాటినా ఎవ్వరూ లక్ష్యపెట్టరు. ఆరాధన, భక్తి ఈ రెండు మానసిక ప్రవృత్తులు. వీటితో భగవంతునికి ఎటువంటి సంబంధము వుండదు. ఆ ఆరాధనను, భక్తిని మనం ఇష్టము వచ్చిన మార్గంలో మళ్ళించవచ్చు. మనము ఉపవాసము వుంటున్నాము అంటే భగవంతుడు చూచి సంతోషించాలని కాదు ఉద్దేశము. అప్పుడప్పుడు అలా ఉపవాసము ఉన్నట్లయితే మన జీర్ణశక్తి బాగుగా వుంటుంది. మనల్ని మనం బాగు చేసుకుంటూ ఇతరులకు కష్టం చేకూర్చము కాబట్టి అది పుణ్యమే. రాముడి పేరు లక్ష సార్లు తలచుకుంటూ కర్తవ్యాన్ని మరచి కూర్చుంటే ఆ భగవంతుడు ప్రసన్నమయి ఏ విధమయిన సహాయం చేయడు. భగవంతుడు తన భక్తులను సంరక్షించుతాడు అని నమ్ముదాము అయితే తన నివాసము భక్తుల ఆరాధానా ప్రదేశం అయిన దేవాలయాల స్థితి మానవుల చేతిలో ఎందుకు వుంటుంది?

భగవంతుడు తన భక్తులను రక్షించవచ్చు. అసలు దుఃఖంలో ముంచటమే భగవంతునికి ఇష్టమట. ఇందులో భగవంతుని స్వార్థం కూడ వుంది. ఎప్పుడూ సుఖాలలో వుంటే తనను ఎవ్వడూ స్మరించడు. అందువలన దుఃఖాలు కలుగజేసి తనున్నానని వాళ్ళకు విజ్ఞప్తి చేస్తాడు. అందుకే కబీరుదాసు అంటాడు. "దుఃఖంలో ప్రతివాడూ భగవంతుని స్మరిస్తాడు. సుఖంలో ఎవడూ భగవంతుని స్మరించడు".

సాహిత్యము- విమర్శ

సాహిత్యంలో విమర్శలకు ఎంత విలువ వుందో అందరికి తెలిసిన విషయమే. నిజమైన సాహిత్యం విమర్శల మీదే ఆధారపడి యుంటుంది. యూరప్‌లో ప్రస్తుతపు సాహిత్యయుగాన్ని విమర్శనాయుగం అనవచ్చు, ప్రతి సంవత్సరము కొన్ని వేల పుస్తకాలు విమర్శనకు సంబంధించినవే వెలువడుతున్నాయి. ఆ రచనలు మామూలు కథలు, నవలల కంటే కూడ ఎక్కువగా పేరు సంపాదిస్తున్నాయి. అనేక దిన, వార పత్రికలలో ప్రత్యేక శీర్షికలతో విమర్శనలు అగుపడుతున్నాయి. ప్రస్తుతం మనకు విమర్శనలు చాల తక్కువగా యున్నాయనే చెప్పుకోవాలి. ఉన్నవాటిలో చాల వరకు అసంబద్ధముగాను, వ్యక్తిగతంగాను వుంటున్నాయి. రచయిత రచనలో మునిగిపోయి దానిలోవున్న విశేషాలను తాత్విక, మనోవైజ్ఞానిక విషయాలను గురించి ఏ విమర్శకుడు విమర్శించుట లేదు. అప్పుడప్పుడు కొన్ని ప్రాచీన గ్రంథాల మీద పురాణాల మీద విమర్శనలు అగుపడుతూ వుంటాయి. కాని అందులో ఎక్కువగా విమర్శకారుడు తన ప్రతిధ్వనిని విమర్శిస్తున్నాడో లేక ఆ గ్రంథాన్ని విమర్శిస్తున్నాడో కూడ తెలియనటువంటి పరిస్థితి ఏర్పడుతుంది. ప్రాచీన గ్రంథాలను, గ్రంథకర్తలను, కావ్యాలను, కవులను గురించి పొగడటం మన ధర్మమే. కాని ఎల్లప్పుడు వాటి మీదే ఆధారపడుతూ, వాటిని గురించే కలలు కంటూ, తన ఎదుట జరుగుతున్న విషయాలను విస్మరించుతూ వుంటే అట్టివాళ్ళు మతశక్తి మీద నిలబడి ప్రగతిపథంలోకి వెళ్ళలేరు. పూర్వకాలంలో వ్రాసినవాళ్ళ భావాలు, అభిప్రాయాలు అప్పటి పరిస్థితులను బట్టి వున్నాయి. అదే విధంగా ఇప్పుడు వ్రాసేవాళ్ళ భావాలు,కల్పనలు ఆధునికంగాను ప్రస్తుత పరిస్థితులను బట్టి వుంటున్నాయి. వీరి భావనలలో వర్తమాన యుగంలో జరుగుతున్న సంఘర్షణలు, ఆవేశాలు, పరిస్థితులు, స్థానాల ననుసరించి అవకాశాలు, ఆశలు అగుపడ్తున్నాయి. ఎల్లపుడూ మనము ప్రాచీన శిథిలాలలో వున్న ప్రతిమలనే పూజిస్తూవుంటే మన ముందు ప్రస్తుతం వున్న శిథిల కుటీరాల సంగతి ఎవరు పట్టించుకుంటారు? వాటిని విస్మరిస్తే మన పరిస్థితులు ఎలా వుంటాయో కొంచెం ఆలోచించవలసివుంది.

ఇటువంటి లోపాలు వుండటానికి గల కారణాలు ఏమిటో పరిశీలించాలి. ప్రపంచ సాహిత్యంతోను, సాహిత్య రహస్యాలతోను, సాహిత్య తత్వాలతోను పరిచయమున్న రచయితలు భగవంతుని దయవలన మనకు చాలమంది వున్నారు. సాహిత్య పథాన్ని చూపించటమే వాళ్ళ కర్తవ్యం కాని కొంత మంది పుస్తకాలను విమర్శించటం తమ గౌరవానికి విరుద్ధమంటున్నారు. అటువంటి వాళ్ళకు సరియైన విమర్శనా వస్తువులే లభించుట లేదు. ఒక వేళ లభించినా తమ మర్మభావాల వ్యక్తీకరణకు వాటి పరిధులు చాలుటలేదు. అందువలన విమర్శనలను శాశ్వతంగా విస్మరించుతారా? కేవలం కళ్ళు మూసుకొన్నంత మాత్రాన ముందువున్న పరిస్థితులు చక్కబడతాయా? మనం సాహిత్య నిర్మాణం చేయాలి. దేశాన్ని సాహిత్యం ద్వారా సంపన్నం చేయాలి. సాహిత్యమంటే ఏమిటో దేశ ప్రజలకు తెలియజేయాలి. ఈ సాహిత్యం ద్వారానే మనము దేశంలో భావైక్యతను కలుగజేయాలి. ఇన్ని కర్తవ్యాలు మన ముందు వుంటే సాహిత్యంలోని కొన్ని భాగాల పట్ల ఉదాసీనత చూపితే కర్తవ్య నిర్వహణ ఎలా జరుగుతుంది? మన కంటే కూడ యూరప్ సాహిత్యం అభివృద్ధి చెందటానికి కొన్ని కారణాలు వున్నాయి. సాహిత్యమంటే అక్కడ ఆసక్తిచూపి అధ్యయనం చేసే వాళ్ళు ఎక్కువ. ప్రతినాయకుడు, ప్రతిమంత్రి, ప్రొఫెసర్లు, మతాచార్యులు సాహిత్యముతో సంబంధము కల్గివుండటం తమ కర్తవ్యం అని భావించుతారు. నగర దృశ్యాలను చూచి ఆనందించటము, షికారులు చేసి ఆనందించిన మాదిరిగానే సాహిత్యం చదివి వాళ్ళు ఆనందం పొందుతారు. సాహిత్యం కూడ జీవితంలో ఒక భాగమని అనుకొంటారు. కాని మన దేశంలో పుస్తకాలు చదివితే చెడిపోతారనుకొంటారు. సాహిత్యముతో పరిచయం వుండటము చాలా హేయమైన విషయమని అనుకొంటారు.

దేశీ సాహిత్యము చదవటమంటే వాళ్ళ దృష్టిలో చాలా హీనమైన విషయము. కొంతమంది రచయితలు కూడ గర్వపడుతూ వుంటారు. 'మా కన్న ముందు ఎవ్వరూ రచయితలు లేరు. మేమే సాహిత్యానికి చాల సేవ చేశామని చెప్తారు'. వాళ్ళు ఉపయోగించే ప్రతిమాట అందరు ఆదరిస్తారనుకొని, తాము వాడే ప్రతివాక్యం బ్రహ్మవాక్యం కావాలనుకొని గర్విస్తారు. మౌలికత బిరుదులవలన, డిగ్రీల వలన కలుగుతుందనుకొంటారు వాళ్ళు. డిగ్రీ సంపాదించిన ప్రతివాడూ మౌలిక రచనలు చేయగలరనే నమ్మకం కూడ ఏర్పరుచుకొంటాము. డిగ్రీలు మనం చదివిన వాటిలోను, ప్రవీణత పొందిన వాటిలోను లభిస్తాయి. కాని మౌలికత మాత్రం డిగ్రీలు పుచ్చుకున్నంత మాత్రాన కలుగదు. డాక్టరు గాని, ప్రొఫెసరుగాని రచన చేస్తే ఆ స్థాయిలో వున్నవాళ్ళకే అర్థమవుతుంది. కాని సామాన్య పాఠకునకు అర్థం కాదు. సాహిత్య ప్రపంచంలో చాల మంది రచయితలు సామాన్యులే.

వాళ్ళకు డాక్టరు డిగ్రీలులేవు, ప్రొఫెసర్ డిగ్రీలు లేవు, అయినా మౌలికతతో నిండిన వారి రచనలు అందరి అభిమానం చూరగొంటున్నాయి. ఏదైనా ఒక వస్తువును ప్రశంసించటం మామూలు విషయమే. నిందించటం కూడ ఒక విధంగా ఆ వస్తువు విలువ పెంచుతుంది. నిందించటానికయినా ఉపయోగపడే విలువ కల్గివుందంటే ఒక విధంగా ఫర్వాలేదు. కాని మన విమర్శకులు వున్నారంటే ప్రశంసించటం విషయం తన నిఘంటువు నుంచే తీసివేసి అసలు అది రచనే కాదని చివరకు నిర్ణయించుతారు. వీళ్ళు మాట్లాడితే చాలు 'షా' షిల్లర్ గురించే మాట్లాడుతారు. కాని మిగిలిన విషయాలను గురించి ఆలోచించరు. అటువంటి విమర్శకారుల దృష్టిలో ఆ రచన ఎలా నిలబడగలుగుతుంది? గగనతల స్థాయిలో వున్న వాళ్ళు భూతలం మీదకు ఎలా వస్తారు? అప్పుడప్పుడే అభివృద్ధిలోకి వస్తున్న రచయిత వాళ్ళ దృష్టిలోనే వుండడు. అతని రచనలను చదివి విమర్శించటం చాల లజ్జాస్పదమైన విషయము అనుకొంటారు. హిందీ సాహిత్యంలో కొంత మంది విమర్శనకారులున్నారు. వాళ్ళలో చాలా మంది పారిస్, లండన్ వెళ్ళివచ్చినవాళ్ళే. అయినప్పుడు వాళ్ళు సామాన్య రచయితలను ఏ దృష్టితో చూస్తారో చెప్పనవసరము లేదనుకుంటా. మొదట సామాన్యుడుగానే వుండి రచనలు చేస్తున్నవాడు డాక్టరేట్ లాంటివి సంపాదించిన తరువాత ఆకాశంలో గాలిపటంలా ఎగిరిపోతూ తమకన్న గొప్పవాళ్ళు ఈ సాహిత్య ప్రపంచంలోనే లేరనుకుంటారు. మామూలు రచనలు చేయటానికి ఎక్కువ చదువులు, అనుభవాలు అక్కరలేదు. కాని విమర్శకారుడుగా నిలబడాలంటే ప్రపంచ సాహిత్యంతో పరిచయం కలిగి వుండాలి. చాలా మంది యువరచయితలు తాము వ్రాసినవి పత్రికలకు పంపక ముందు అభిప్రాయము తెలియజేయమంటూ వస్తారు. వాళ్ళ హృదయంలో భావాలున్నాయి, మస్తిష్కంలో అభిప్రాయాలున్నాయి. ప్రతిభ, ఆసక్తి, సంస్కారం వున్నాయి. వాళ్ళకు కావలసింది సహృదయుడైన సలహాదారుడు. కాని ఆ సలహాదారుడే వాళ్ళకు దొరుకుట లేదు. వాళ్ళను అభివృద్ధిలోకి తీసుకురావాలని ఎవ్వరూ ప్రయత్నించరు. వాళ్ళ అభివృద్ధి అంతా పబ్లిషర్సు మీద ఆధారపడి వుంటుంది. ఆ పబ్లిషర్ దృష్టి డబ్బు మీద వుంటుంది. వ్యాపారిగా వ్యవహరించే పబ్లిషర్ ఆ రచయితకు ఎటువంటి ప్రోత్సాహమిస్తాడో వేరే చెప్పనవసరము లేదు. తను వ్రాసినవి ప్రచురించుకొంటే రచయితకు చాలా సంతోషంగా వుంటుంది. లేదా తను చేసిన కృషి అంతా వ్యర్థమనుకొని నిరాశతో నిరుత్సాహం పొందుతాడు. ప్రేరకశక్తులతో కీర్తి సంపాదించాలనేది అన్నిటికంటే బలమైనది. ఆ కీర్తి కొరకు తను పెట్టుకున్న ఉద్దేశాలు నెరవేరితే ఫర్వాలేదు కాని వ్యతిరేకించితే మాత్రం చాల నిరుత్సాహం పొందుతాడు. పబ్లిషర్ ఆదేశానుసారం వ్రాస్తే అవి పబ్లిషర్

అభిరుచుల కనుకూలంగా వుండి పాఠకులకు ఎందుకూ పనికిరాని సాహిత్యం తయారవుతుంది. వాటి మీద ఈ విమర్శకారులకు మంచి అభిప్రాయమే కలుగుతుంది. మంచి మంచి రచనల మీద మాత్రం వాళ్ళ దృష్టి చాల హీనంగా వుంటుంది. జైనేంద్రకుమార్ వ్రాసిన "పరఖ్', ప్రసాద్ వ్రాసిన కంకాల్, ప్రతాప్ నారాయణ్ వ్రాసిన "విద్యా", నిరాలా వ్రాసిన "అప్సర" మొదలైనవి చాల ఉత్తమోత్తమమైనవి. కాని వాటిని విమర్శించిన విమర్శనకారులు వానిలో వున్న లోతైన తాత్వికాలను వెల్లడించలేకపోయారు. కొంత మంది సామర్థ్యం గల విమర్శకారులున్నారంటే వాళ్ళకు ఈ పుస్తకాలు వున్నట్లే తెలియదు. అదే ఏ ఇంగ్లీషులోనో ఎంత చెడ్డ పుస్తకము వచ్చినా సరే దానిని ఆమూలాగ్రంగా చదివేసి దానిలాంటిది ఈ సాహిత్యంలో ఇంత వరకూ వెలువడనే లేదంటారు. కాని దేశీయ సాహిత్యంలో వున్న అమూల్యమైన రత్నాలను మాత్రం వాళ్ళు చదువరు. విమర్శించేటప్పుడు ఆ రచనలను గురించి ప్రశంసించాలనే నియమమేమీ లేదు. అందులో వున్న దోషాలను చూపవచ్చును. అని తెలుసుకొని ఆ రచయిత తరువాత వ్రాసే రచనలోనైనా జాగ్రత్తగా వుంటాడు. కాని ఆ దోషాలను చూపటం కూడ ఈ విమర్శకారుల దృష్టిలో నీచం. మరి వాళ్ళ దృష్టిలో విలువైనదేదో ఎవరికీ అంతు తెలియదు. కొంతమంది మైకేల్, బౌనర్ లాంటి విమర్శకారులు తమ ఇంగ్లీషు సాహిత్య పరిధులలోనే విమర్శించుటయే గౌరవం అని భావిస్తారు. కాని మన వాళ్ళు మాత్రం దేశీ ఖద్దరును ధరించి విదేశీ భాషను మాట్లాడుట వలననే గౌరవం లభిస్తుందనుకొంటారు. వీళ్ళకు తమ భాషలో అక్షరాలే రావు.

కొంత మంది విమర్శకారులు విషయం చదువకుండగనే విమర్శించుతారు. "రేపర్ ప్రిటింగ్ భాగుగానే వుంది. ప్రెస్ వాళ్ళు అజాగ్రత్త వలన చాల అక్షరాలు తారుమారయ్యాయి. అయినా చూడటానికి బాగుగానే వుంది". ఈ విధంగా తమ వ్యంగ్యం కలుపుతూ విమర్శించుతూ వుంటే అది చదివేవాళ్ళు ఎటువంటి ఉద్రేకాలను పొందుతారో మీరే ఆలోచించండి. జీవితాన్ని కేంద్రంగా తీసుకొని ఆ రచనలో వున్న వివిధ విషయాలను ఆ కేంద్రం చుట్టూ పరిభ్రమింప జేస్తూ వున్నపుడే రచనలో వున్న విలువలు విమర్శకారునకు తెలిసేది. ఆ విషయం తెలియకుండా విమర్శించుతూ వుండే తను కూడ పులిలాంటి ఓ విమర్శకారుడని రచయితలకు తెలియజేయాలని వాళ్ళు చేసే ప్రయత్నమన్న మాట. విమర్శ సహృదయంతో వుండాలి. సహృదయంతో వున్నవాడే వాస్తవిక విషయాలను వెల్లడించగలడు.

సాహిత్యము - మనోవిజ్ఞానము

ప్రస్తుత సాహిత్యయుగాన్ని మనోవైజ్ఞానిక యుగమని చెప్పవచ్చు. సాహిత్యము ఇప్పుడు కేవలము మనోరంజనము కొరకే కాకుండా మరికొన్ని ప్రత్యేక ఉద్దేశాలు కల్గివుంటోంది. సాహిత్యములో ఇప్పుడు విరహ రాగాలాపనలు చేయుటలేదు. జీవితంలో ఎదురయ్యే సమస్యలను పేర్కొంటూ వాటిని విమర్శించుతూ పరిష్కరించే మార్గం తెలియజేస్తోంది.

నీతి శాస్త్రము, సాహిత్యము ఒకే కార్యక్షేత్రాన్ని కలిగివుంటాయి. అయితే రచనా విధానములో రెంటికి తేడా వుంది. సాహిత్యం వలెనే నీతిశాస్త్రం కూడ జీవిత ఔన్నత్యం కోరుతూ జీవిత సమస్యలను పరిష్కరించుతుంది. నీతిశాస్త్రము తర్కోపదేశాల మాధ్యమం కల్గివుండి కొన్ని యుక్తుల ద్వారా ప్రమాణాల ద్వారా ప్రభావితం చేయాలని ప్రయత్నిస్తుంది. కాని సాహిత్యం మనోభావాలను ఆధారంగా తీసుకొంటుంది. ఆ మనోభావాలనే రాగాత్మక అంశాల ద్వారా మన అంతరంగంలో సూటిగా ప్రవేశింపజేస్తుంది. మనలో వున్న సుందర భావాలను జాగృతం చేసి క్రియాత్మక శక్తికి ప్రేరణ కలిగించటమే సాహిత్యము యొక్క కర్తవ్యము. నీతి శాస్త్రకారుడు 'ఈ విధంగా పని చేయి, లేకపోతే పశ్చాత్తాప పడవలసి వుంటుంది. అని కొన్ని ప్రమాణాలు చూపించి చెప్తాడు, దానినే సాహిత్యకారుడు "దీని వలన మన వాస్తవికత బయటపడ్తుంది. దానివలననే ఆనందం కూడ కలుగుతుంది" అని చెప్తాడు.

సాహిత్యానికి అనేక పరిభాషలు ఇచ్చారు కాని జీవితాన్ని విమర్శించేదే నిజమైన సాహిత్యమని చెప్పవచ్చు. ఇంతకు ముందు వున్న సాహిత్య యుగానికి-జీవితానికి ఎటువంటి సంబంధము లేదు. సాహిత్యకారులలో ఒక దళం వైరాగ్య ప్రబోధలు చేస్తూవుంటే మరొక దళం శృంగార విషయాలలో ముంచి లేపేవారు సామాన్యంగా పతనకాలం సమీపించేసరికి ఇటువంటి పరిస్థితులే కలుగుతాయి. భావాల శిథిలత వలననే, వ్యర్థ ప్రయత్నాలలో మునుగుటవలననే సాహిత్యానికి అటువంటి పరిస్థితి కలిగింది. సంఘానికి

ఆధారమైన అక్షరాస్యులు భోగలాలసలో ఆసక్తి చూపుతున్నపుడు భావాలు ప్రగతిలోకి వెళ్ళక శిథిలమైపోయి అకర్మణ్యత వ్యాపించుతుంది. ఈ భోగలాలసత చరిత్రకు సంబంధించిన కొన్ని ఉజ్వల యుగాలలో కూడ వుంది. అయితే కొంచం తేడా వుంది. ఆ విషయలాలసలే, ఆ ఉద్రేకాలే ఒక యుగంలో క్రియారూపంగా ఉత్తేజితం చేసి భావనా ప్రణాళికకు ప్రగతిమార్గం చూపితే, మరొక యుగంలో బలహీనులుగా చేసి భావశూన్యంగా వుంచాయి. సంఘం ఇంద్రియ సుఖభోగాలలో మునిగిపోతే మిగిలిన విషయాలను గురించి ఎటువంటి చింత వుండదు. త్రాగుడు అలవాటు గలవాడికి ఆ త్రాగుడులోనే సుఖం లభించుతుంది. అదే విధంగా ఇంద్రియ సుఖాలలో మునిగిన సమాజానికి కూడ ఇంద్రియ భోగాలలోనే సుఖం, తృప్తి లభిస్తాయిగాని అన్య విషయాల వైపు దృష్టి వెళ్ళదు. త్రాగుడు అలవాటుగలవాడు త్రాగేది ఆనందం కొరకు కాదు, త్రాగటానికి త్రాగుతాడు. ఆ త్రాగుడు క్రమంగా యాంత్రికంగా మారిపోతుంది. అక్షరాస్యులు విషయ వాంఛలలో మునిగిపోతే సాహిత్యము మీద వాళ్ళ ప్రభావం చూపకుండా వుండలేరు. కొంత మంది భోగాలలో మునిగితేలుతూ వుంటే, మరికొంత మంది వైరాగ్యంలో మునిగితేలుతారు. క్రియకు ప్రతిక్రియ ఎప్పుడూ జరుగుతూనే వుంటుంది. ఒక ప్రక్క వేశ్యల సంఘం వుంటే మరొక ప్రక్క మఠాలుంటాయి. ఈ మఠాలు వుండకపోతే వేశ్యలు కూడ వుండరు. అప్పటి సాహిత్యంలో రోమన్ సాహిత్య ప్రభావం ఎక్కువగా వుండేది. ఇప్పుడూ వుంటోంది కాని వానిలో కొంత మార్పు వస్తోంది. నేటి సాహిత్యకారుడు జీవిత సమస్యల నుండి దూరంగా పారిపోలేదు. సాంఘిక సమస్యల ప్రభావం రచయితల మీద లేకపోతే అతని రచనలు ప్రజలలో ఎటువంటి సౌందర్య జ్ఞానాన్ని జాగృతం చేయలేవు. సౌందర్య జ్ఞానం జాగృతం చేయలేని రచనలు, రచయితలు కూడ అభివృద్ధిలోకి వెళ్ళలేరు. పూర్వకాలంలో ధర్మకర్తల చేతులలోనే సమాజపు పునాది నిలబడి వుండేది. మన మానసిక నైతిక సంస్కారాలన్నీ ధర్మం ఆదేశం ప్రకారం అనుసరిస్తూ వుండేవి. ఇప్పుడు ఆ బాధ్యత సాహిత్యం తీసుకొంది. ధర్మం, భయం, లోభము చూపెట్టి పని జరుపుకొంటూ వుండేది స్వర్గ నరకాలు, పాపపుణ్యాలు దానికి ఆయుధాలు. కాని సాహిత్యం ఎటువంటి భయ ప్రలోభాలు చూపకుండ మనలో సౌందర్య భావనను జాగృతం చేయటానికి ప్రయత్నిస్తుంది. మానవుడిలో ఈ సౌందర్య భావన వుంటుంది. కాని అది ప్రబలంగా వుండి ప్రకటించగలిగే శక్తి వున్నవాడే సాహిత్యోపాసకుడు అవుతాడు. మానవుడిలోను, సంఘంలోను, ప్రకృతిలోను అసభ్యంగాను, అసత్యంగాను, అసహ్యంగాను, అసుందరంగాను వున్నవాటిని సాహిత్యం తన సౌందర్య భావన ద్వారా సభ్యంగాను, సత్యంగాను, సహ్యంగాను, సుందరంగాను మార్చటానికి

ప్రయత్నిస్తుంది. మానవత్వాన్ని, ప్రగతి భావాన్ని, సజ్జనతా భావాన్ని సాహిత్యం కలుగజేస్తుంది. అసత్యంగాను, అసభ్యంగాను వున్న వ్యక్తిని గాని, సంఘాన్ని గాని సంస్కరించటం సాహిత్య ధర్మం; సాహిత్యానికి న్యాయస్థానము, సమాజము. ఆ న్యాయస్థానం ఎదుటే తన తీర్పును ఇచ్చి, సత్యంతోను, న్యాయబుద్ధితోను, సౌందర్య భావనతోను అందరినీ ప్రభావితం చేస్తుంది, మామూలు వకీలులవలె అదివున్న విషయాన్ని పెంచటంగాని, తగ్గించటంగాని చేయదు. సాక్షులను కూడా ఆశ్రయించదు. వాస్తవాన్ని వాస్తవికంగానే అమలు జరుపుతుంది. ఎటువంటి కృత్రిమత వుండనీయదు. ఈ కృత్రిమతా సంకెళ్ళలో బిగించుకుపోతే సంఘానికి ఎటువంటి న్యాయము చేకూర్చలేదని తెలుసు. ఆ స్థానంలో విజయం కూడ పొందలేదని తెలుసు. తాను సత్యం నుండి ఒక్క వీసం కూడ తొలగనంత వరకు అది సమాజానికి న్యాయం చేయగల్గుతుంది. మనోవిజ్ఞానపు సహాయాన్ని పొందినప్పుడే వాస్తవిక రూపాన్ని సత్యసమ్మేళనంతో సంఘం ముందు వుంచకల్గుతుంది. అది ఆ సంఘంలోని భాగమైతే ఆ కార్యం ఇంకా సులభంగా వుంటుంది. తన మనోభావాల నాధారంగా తీసుకొని సంఘానికి న్యాయం కలుగజేయవచ్చు. కాని సామాన్యంగా తన ఆంతరంగిక ప్రేరణలతోను, మనోభావాలతోను అది అపరిచితంగా వుంటుంది. అటువంటి పరిస్థితులలో దానికి మార్గం చూపేది మనో విజ్ఞానం తప్ప మరేమికాదు. అందువలన వర్తమాన సాహిత్య యుగాన్ని మనోవైజ్ఞానిక యుగమన్నారు. మానవబుద్ధిలో భిన్నత్వం అంగీకరించుచున్నప్పటికీ భావనలు సామాన్యంగా ఏకరూపం కలిగివుంటాయి. వికాసంలో మాత్రం భేదం కనబడుతుంది. కొంత మందిలో ఆ వికాసం శక్తివంతముగా ఉండుటవలన, క్రియారూపంగా ప్రకటించారు. లేకపోతే అది సుషుప్తావస్థలోనే వుంటుంది. సాహిత్యం ఈ భావనలను సుషుప్తావస్థ నుండి జాగృతావస్థకు తీసుకువస్తుంది. మానవునిలో దాగిన మానవత్వానికీ, సౌందర్య భావనకు సాహిత్యం ప్రతిబింబంగా నిలబడుతుందంటే అతిశయోక్తి కాదు. ఉపదేశ మార్గాన్ని సాహిత్యం ఎప్పుడూ అన్వేషించదు. నిజమైన భావావేశంలో మునిగివున్న శబ్దాలను మాత్రం ప్రకటించటానికి అది తోడ్పడుతుంది.

సాహిత్యము-నూతన ప్రవృత్తులు

సంస్కృతి లాంటి కొన్ని విషయాలలో భారతదేశం యూరప్‌ను అనుకరించింది. సాహిత్యంలో కూడ మనం వాళ్ళ పదచిహ్నాల ననుసరించే నడుస్తున్నాము. యూరప్ పరిస్థితి నెమ్మది నెమ్మదిగా నగ్నప్రదర్శనం వరకు వెళ్ళింది. ఆ నగ్న ప్రదర్శనలోనే సంస్కృతి, మనోరంజనము వుందని భావిస్తున్నారు! సాహిత్యములో కూడ వాటి ప్రభావం పడటం ఆశ్చర్యకరమైన విషయమేమీ కాదు. యూరప్ వాళ్లు నిగ్రహాలలోను, నియమాలలోను కళ చిరస్థాయిగా నిలువగల్గుననే విషయం మరచిపోతున్నారు. ఈ నిగ్రహ నియమాలలో వున్న కళే రహస్యాలుగా పరిణమించి కవిత్వంగా నిలబడుతోంది. ఈ కవిత్వం వాళ్ళ నగ్న సంస్కృతిలో బీభత్సమైపోతుంది. నగ్న చిత్రాలను, శిల్పాలను ప్రదర్శించటమే కళ అనుకొంటున్నారు. మన కళ్లకు ఉపయోగించే కాటుక, కళ్ళకు వుపయోగించితేనే అందంగా వుంటుంది కాని ముఖం మీద పూసుకుంటే వికృతంగా తయారవుతుందన్న విషయం వాళ్ళు మరచిపోతున్నారు. ఏదైనా తీపి తినాలని ఆసక్తి కల్గినప్పుడే తీపి తింటే దాని రుచి తెలుస్తుంది. అంతేకాని తీపి అంటే అసహ్యం కల్గినపుడు నోట్లో తీపి పదార్థాలు కుక్కితే ఎలా వుంటుంది! ఉషాలాలిమలోనే చల్లదనం, శాంతి వున్నాయి. అవి సూర్యుని మిగిలిన వేళలలో ప్రకాశంగా వుండవు. వర్తమాన సాహిత్యము లాలిమను వదలి మిగిలిన ప్రకాశం వైపు పరుగిడుతోంది. జీవన మాధుర్యం తొణికిసలాడే విషయాలను నగ్నంగా చిత్రించి వాటి మాధుర్యాన్ని నాశనం చేస్తున్నారు. ఇటువంటి ప్రవృత్తినే మనం నిత్య జీవితంలో చూస్తూ వుంటాము. రైళ్ళలో, బస్సులలో ప్రయాణం చేస్తున్న యువతులు మాటిమాటికి సహజసౌందర్యం గల తమ అధరాల మీద "లిప్‌స్టిక్" పూసి వాటి అందాలను చెడగొడ్తున్నారు. మన సాహిత్యంలో కూడ సహజమైన విషయాలను సౌందర్యం లోపింపచేసి సృష్టించుట వలన సాహిత్యం ఎందుకూ పనికి రాకుండా పోతోంది. వాటిని గుప్తంగా వుంచుటవలననే కళ యొక్క ఆనందం తెలుస్తుంది. ప్రవృత్తులు ఈ విధంగా మారటం వర్తమాన పరిస్థితులు, వ్యవస్థల ప్రభావమేనని నిశ్చయంగా చెప్పవచ్చు. తన దగ్గర సౌందర్యాకర్షణ తప్ప మరే ఆకర్షణ లేదని స్త్రీ నిరాశాజనకమైన అభిప్రాయాన్ని ఏర్పరచుకుంటే ఆ సౌందర్యాన్ని మరింత అధికం చేయటానికి, ఎక్కువగా ఆకర్షించటానికి

వ్యర్థ ప్రయత్నము చేస్తుంది. బాహ్యాకర్షణ వస్తువులైన పౌడరు, లిప్‌స్టిక్ మొదలైనవి ఉపయోగించినప్పుడే ఆమె సహజ సౌందర్యం అంతఃకరణలను ఆకర్షించేది. కాని బాహ్యాకర్షణ వస్తువులు కళ్ళకు తృప్తినిస్తాయి గాని హృదయానికి తృప్తినీయవు. ఇది ఒక వ్యాపార లక్షణమన్న మాట. ఈ వ్యాపార లక్షణం ప్రస్తుతం అన్ని విషయాలలో అగుపడ్తోంది. అటువంటపుడు సాహిత్య కళాక్షేత్రాలలో ప్రభావం వుండకుండా ఎలా వుంటుంది. ప్రస్తుతం బజారులలో ఏ గోడల మీద చూచినా ఆకర్షణీయమైన "పోస్టర్లు" అగుపడ్తున్నాయి. వార్తా పత్రికలలో చూచినా, రెండు మూడు "కాలం"లు ప్రత్యేకంగా ప్రకటనలకు నిర్ణయించబడి వుంటాయి. ఈ ప్రకనలు మంచి వస్తువులు దొరికే ప్రదేశాలు తెలియజేయలేవు గాని చెడిపోయిన వస్తువుల ప్రచారానికి మాత్రం చాలా బాగా వుపయోగపడ్తాయి. వీటి ప్రచారానికి కొంత వరకు రచయితలు కూడ వ్యాసాలు మొదలైనవి వ్రాసి తోడ్పడుతున్నారు. ప్రకటనలు తమ పత్రికల్లో వేసుకోటానికి కావలసిన వ్యాసాలు రాయటానికి వాళ్ళు రచయితల దగ్గరకు వెళ్ళవలసిన అవసరము లేదు. ఒక కార్డు వ్రాస్తే మరునాటికి వ్యాసాల దొంతర్లు వచ్చి పడ్తాయి. కాని వాళ్ళు ప్రకటనదారుల చుట్టూ ప్రకటనలు బుక్ చేసుకోటానికి తిరుగవలసి వస్తుంది. కాన్వాసర్స్ ప్రకటనదారుని వద్దకు వెళ్ళి ఆయనను సంతోషపరచి తమ పని పూర్తి చేసుకొంటూవుంటారు. చాలా పత్రికలు ఈ ప్రకటనల కొరకే వెలువడుతున్నాయి. వాటిల్లో వ్యాసాలు ప్రచురించటానికి కారణం రసికజనాలను ఆకర్షించటమే. ఇది ఒక విధమైన వ్యాపారం. ఈ వ్యాపారంలో కళ అమ్ముడుపోతూ వుంటుంది. ఈ వ్యాపార యుగంలో అన్నిటికంటే ముఖ్యమైనది, విలువైనది ధనమే. దైహిక, మానసిక జ్ఞాన శక్తుల్లాంటి అనేక శక్తులను ఆ ధనదేవతకు చాలా మంది బలియిస్తున్నారు. కళలో ఒక భాగంగా వుండి శక్తులలో ముఖ్య భాగంగా వున్న సాహిత్యం కూడ వ్యాపార విజ్ఞానానికి బలియైపోతోంది. పాఠకులకు ఏదో చెప్పటానికి సమాజంలోను, వ్యక్తిలోను వున్న ఆదర్శభావాలను జాగృతం చేయటానికి మన అనుభవాలను ప్రజల ముందు వుంచటానికి ప్రస్తుతం ఏ రచయితా ముందుకు రావటం లేదు. ఎక్కువ పుస్తకాలు అమ్ముడుపోవటానికి ఏ ప్రవృత్తులను అనుకరించితే బాగుంటుదో ఆలోచించి మరీ వ్రాస్తున్నారు. ప్రజలలో వున్న కుతూహల భావాలను తెలుసుకొని వాటికి భావస్వాతంత్ర్యం అని పేరు పెట్టి తమ ఇష్టం వచ్చిన రీతులలో రచనలు కొనసాగిస్తున్నారు. నాటకకారులు, నవలాకారులు, కవులు-అందరూ లాలసతోను వాంఛలతోను నిండిన రచనలనే ప్రజల ముందుంచుతున్నారు. వాళ్ళలో వాళ్ళే పోటీలుపడి స్త్రీ పురుషులలో కామోద్రేకాన్ని కలిగించే విషయాలను సృష్టించుతున్నారు. నిగ్రహాలను, నియమాలను పెట్టుకోవటం బుద్ధి తక్కువ అని చెప్తూ స్వతంత్ర విలాస ప్రవృత్తులను నెలకొల్పుతున్నారు. వీటిని రకరకాల పద్ధతులలో సృష్టిస్తున్నారు. స్వతంత్ర ప్రవృత్తి అని, పతితోద్ధరణ అని రకరకాల పేర్లు పెట్టి

ఉద్రేకాలను మరింత పెంచుతున్నారు. సత్యాసత్యాలు వాళ్ళ దృష్టిలోకే రావు. అందరూ తన పుస్తకాలనే ప్రశంసించుతూ చదవాలనే ఉద్దేశంతో ఇటువంటి పద్ధతులను అనుకరించుట వలన సాహిత్యం దిగజారిపోతుంది. స్త్రీ పురుష రహస్యాలను వర్ణించటంలోను, వాటి రహస్యాలు విప్పిచెప్పటంలోను వారు వెనుకాడరు. వ్రతాలు, త్యాగాలు మొదలైనవి వాళ్ళ దృష్టిలో ఎటువంటి విలువలేనివి. పైగా అవి సమాజాభివృద్ధికి ఘాతకం అని కూడ అంటారు. వాంఛల కళ్ళాలను హద్దులు లేకుండా వదలటమే మానవ జీవితపు పరమావధి అనుకొంటారు. హక్స్‌లే, లారెన్సు, డికోబ్‌రా మొదలైన వాళ్ళు ఇంగ్లీషు సాహిత్యంలో పేరు సంపాదించారు. కాని వాళ్ళ రచనలు చదివితే అవి నవలలుగా ఎంచబడే కామశాస్త్రాలని తెలుస్తుంది. ఫలాన పుస్తకం నగ్న వర్ణనల వలన విశృంఖలమైన భావాల వలన ఎక్కువగా అమ్ముడుపోతోందని తెలిస్తే చాలు వెంటనే మరొక రచయితల కలము తీసుకుని అంతకంటే ఎక్కువగా నగ్న వర్ణనలు చేసి విశృంఖలమైన భావాలను ప్రదర్శించటానికి ప్రయత్నిస్తాడు. ఇటువంటి పుస్తకాలు సంఘంలో బాగుగా విమర్శించబడతాయి కాని ఆ విమర్శలలో ఇవే సత్యవాదం మీద నిలబడగలవని చెప్తున్నారంటే మనం చాల ఆశ్చర్యపడవలసి వుంటుంది. ఇటువంటి ప్రవృత్తులను యదార్థవాదమని పేరుపెట్టి దాని చాటున నిర్లజ్జతను, వ్యభిచారాన్ని నగ్నంగా వర్ణించుతూ వుంటే మాట్లాడగలిగే వాళ్ళేలేరు. రచయిత్రులు కూడ ఇటువంటి కుత్సిత ప్రేమ రహస్యాలను వెల్లడించటానికి వెనుదీయుటలేదు. రచయిత్రి సాహసం చూచి సంఘం హర్షించి ఆమెకు నీరాజనాలు అర్పిస్తోంది. పాఠకులను ఆకర్షించటానికి తనను గురించి గొప్పగా చెప్పుకోవటం మరియొక పద్ధతి. కాముకత్వాన్ని ఇంత నగ్నంగా ఏ యుగంలోను వర్ణించలేదు. వ్యాపారాభివృద్ధికి మరొక మార్గం కనిపెట్టారు. షాపులలో అందమైన స్త్రీలను కూర్చోబెట్టి పురుషులను వాళ్ళ అందంతో ఉన్మత్తులుగా చేసి అమ్మే వస్తువుకు మరికాస్త ధర పెంచి చెబుతారు. అసలే ఉన్మత్తతలో వున్న ఈ పురుషపుంగవులు ఎంత డబ్బు ఇవ్వటానికైనా వెనుదీయరు. ఈ అందమైన యువతులను చూపి డబ్బు సంపాదించటం 'ఎర' వేసి చేపలను పట్టటం లాంటిదన్న మాట. సమాజంలో ఇటువంటి పరిస్థితులు వ్యాపించియున్నపుడు సాహిత్యం వాటి ప్రభావానికి తప్పక లొంగుతుంది. నేడు సంఘంలో వ్యాపించింది ధన మహత్యమే. ఎవడి దగ్గరన్నా కాస్త ఎక్కువ డబ్బువుంటే చాలు వాడు ఈ సంఘంలో దేవుడు అన్నమాట. ఇక ఈ డబ్బు తక్కువవున్న వాళ్ళంతా ఆ దేవుడు చుట్టూ చేరి కొలుస్తూ వుంటారు. ఈ ధనం కొరకు చేయరాని పనులన్నీ చేస్తున్నారు. అందాన్ని ఎరగా చూపుతున్నారు. శరీరాలను అమ్ముతున్నారు. సాహిత్యంలో నగ్న వర్ణన చేస్తున్నారు. సాహిత్యం ఈ విధంగా పతనం చెందటానికి కారణం పాశ్చాత్య సంస్కృతి ప్రధానమని చెప్పుకోవచ్చు కూడ. ఫ్యాషన్లు బానిసగా చేస్తుంటే భోగలాలసత్వంలో

మునిగిపోయి వివాహమంటే భయపడిపోతున్నారు. వాళ్ళ రసికతకు మరొక మార్గం లేక కామోద్రకం కల్గించే సాహిత్యం చదివి హృదయ తృప్తిని పొందుతున్నారు. రష్యన్ సంస్కృతి చాల ఆదర్శంగా వుంటుంది. అక్కడి స్త్రీలు ఫ్యాషన్లుకు గాని, నగలకు గాని, పౌడరు, లిప్‌స్టిక్‌లకు గాని ఎటువంటి ఆసక్తి చూపరు. అచట సినిమా 'పోస్టర్ల'లో నగ్న చిత్రాలు ప్రదర్శించరు. ఇవి చాలా వరకు అన్యదేశాలలో అగుపడ్తాయి. కాని ఆ దేశంలో మాత్రం అగుపడవు. దీనికి ముఖ్య కారణం ఒకటి వుంది. ధనం అంటే వాళ్ళ దృష్టిలో మహత్యం గల వస్తువు కాదు. వాళ్ళ కళలు, సాహిత్యము ధన లాభానికి కాక సామాజిక సమస్యల పరిష్కారానికి నిలబడుతున్నాయి. వాళ్ళు యధార్థవాదాన్ని ఆదర్శంగా నిరూపిస్తున్నారు. యదార్థవాదం అంటే సంఘంలో నీచులను, అధములను, పతితులను సృష్టించడమేకాదు, పవిత్రమైన విషయాలకు స్థానం కల్పించాలి. ఆ పవిత్రమైన విషయాల ప్రభావం పతితుల మీద పడేట్లుచేయాలి. ఒక విధవ పతిత జీవితాన్ని వర్ణించేకన్నా ఆమెను సేవామయిగాను, తాపసిగాను, వర్ణించితే ఎక్కువ లాభము వుంటుంది. సాధు ప్రవృత్తిగల వాళ్ళ జీవితాల యదార్థ సంఘటనలే మన హృదయాల మీద ప్రభావం చూపుతాయి. సౌందర్యాన్ని ఇంకా సుందరంగా చూపటానికే అసౌందర్యాన్ని చూపాలిగాని మానవుడ్ని నైతికంగా దిగజార్చే విధంగా చూపకూడదు. చీకటికంటే వెలుగే జీవితానికి ఎక్కువగా వుపయోగపడుతుందనే విషయం మరువకూడదుసుమా!

సాహిత్యము-సినిమాలు

ప్రస్తుత యుగంలో సినిమాలు బాగుగా అభివృద్ధి పొందుతున్నాయి. సినిమాలు కూడ సాహిత్యంలో ఒక భాగమే అని, రచయితలకు నూతనాధ్యాయ సృష్టికి అవకాశం కల్గిందని చాల మంది అనుకొంటున్నారు. సాహిత్యము భావాలను జాగృతం చేస్తుంది. సినిమాలు కూడ భావాలను జాగృతం చేస్తాయి? కాని ఎటువంటి భావాలను జాగృతం చేస్తాయి? సాహిత్యం సౌందర్యాన్ని మనముందుంచి ఆదర్శమైన, పవిత్రమైన భావాలను జాగృతం చేస్తుంది. ఒక వేళ ఏదైనా పుస్తకము పశుప్రవృత్తులను కలుగజేస్తే సాహిత్యములో దానికి స్థానం ఇవ్వము. పారసీ స్టేజి డ్రామాలను సాహిత్యంలో స్థానం ఇవ్వము. మన హృదయంలో అవ్యక్త రూపంగా వున్న సౌందర్యాన్ని వెలువరింపచేసే శక్తి వాటిల్లో లేదు. అందువలననే సాహిత్యకారులు వాటిని గౌరవించుటలేదు. హోలీ పండుగలను గురించి, వసంతోత్సవాలను గురించి అనేక పుస్తకాలు వెలువడుతాయి. ఎక్కువ అమ్ముడు కూడ పోతాయి. అవి మనోల్లాసము కల్గించినా సరే సాహిత్యమని చెప్పలేము. సాహిత్యానికి కావలసిన భావాల వ్యక్తీకరణ భాషా ప్రౌఢత, సౌందర్య సాధన మొదలైనవి వాటిల్లో మనకు అగుపించవు. మన సినిమాలలో కూడ చాల వరకు ఆ లక్షణాలు అగుపించుటలేదనే చెప్పాలి. సినిమాలు తీసేవాళ్ళ ఉద్దేశము కేవలము డబ్బు సంపాదించటమే. సత్యం, సౌందర్యం వాళ్ళ దృష్టిలో ఎటువంటి ప్రయోజనము లేని విషయాలు. ప్రజలు కోరుకొనే విషయాలనే అందించటానికి నిర్మాతలు ప్రయత్నిస్తారు. అపుడే వాళ్ళ వ్యాపారం అభివృద్ధిలోకి వచ్చేది. వ్యాపారంలో మోసానికి తప్ప అన్య విషయాలకు ప్రాధాన్యత ఇవ్వరు. ఒక వేళ వ్యాపారంలో భావుకత్వాన్ని ఉపయోగించితే నష్టం వస్తుంది. అందువలన భావుకత్వ ప్రసక్తే వుండదు. ఈ నిర్మాతలు ప్రజల ఆసక్తుల మీదే దృష్టి నిలువుతారు. దేశాన్ని దేవతలు పరిపాలించుతున్నా సరే ప్రజలు నిమ్న మనోవృత్తులు కలిగివుంటారు.

ఒక చోట గొప్ప విద్వాంసుడు ఉపన్యసించుతున్నాడనుకోండి, మరొక చోట వేశ్య నగ్న నృత్య ప్రదర్శన జరుగుతోందనుకోండి. ఇక్కడ విద్వాంసుడు కుర్చీలకు తన

ఉపన్యాసము విన్పించవలసిన అవసరము ఏర్పడుతుంది. అచట ఇసుక వేస్తే రాలనంత వత్తిడిగా వుంటుంది. 'నోటిలో రామనామజపం హృదయంలో విషం' అని హిందీలో ఒక సామెత వుంది. ఇప్పటి వరకు ఆచార్యుల వారి బోధలు విని వారి పాదదూళిని నెత్తిమీద పెట్టుకున్న పాపం అమాయకపు గొల్లవాడు ఇంటికి రాగానే పాలల్లో నీళ్ళు కలిపివేస్తాడు. అప్పటి వరకు నీతిని గురించి ఉపన్యాసం దంచేసి మరుక్షణంలో ఏ విధవ స్త్రీ దగ్గరో లంచం తీసుకొని జేబులో వేసుకొంటారు. అటువంటి ప్రవృత్తులు ప్రజలలో వుండుట వలననే రచయితలు చాల వరకు నవలలలో దొంగతనాలను, హత్యలను సృష్టించుతున్నారు. తాను వ్రాసిన పుస్తకాలలో రచయిత నియమాలను, నిగ్రహాలను వదలివేస్తే పాఠక మహాశయులు ఆ వాక్యాలను ఎర్రసిరాతో గుర్తుపెట్టి, ఎగిరిగంతు వేసి స్నేహితులతో వాటిని గురించి వ్యాఖ్యానాలు చేస్తారు. ప్రస్తుతపు సినిమాలలో కూడ హీనభావాల తృప్తి కొరకు చేసే ప్రయత్నమే ఎక్కువగా అగుపించుతోంది. సినిమాలను, సినిమాలలో వుండే అసభ్యతను విమర్శించే మహానుభావులే రోజూ సినిమాలకు దయచేస్తారు. సాధువులు రోడ్ల వెంట బిచ్చం అడుక్కొంటూ వుండగా చూశాము గాని వేశ్యలు అడుక్కోవటం ఎక్కడా చూడలేదు. ప్రజల దృష్టిలో ఉత్తమాదర్శాలు గల సాధువుల కంటే వేశ్యలే ఎక్కువ, అంటే ప్రజల ప్రవృత్తి చాలా నీచంగా తయారవుతోందన్న మాట. వాటిని ఆధారంగా తీసుకొనే సినిమా ప్రొడ్యూసర్లు ప్రజలను ఆకర్షించేట్లు సినిమాలు తీస్తున్నారు. లేకపోతే వాళ్ళకు డబ్బులు గిట్టవు. బొంబాయిలో నేను ఎరుగున్న ఒక నిర్మాత వున్నాడు. సత్య, సౌందర్యాల సమ్మేళనంతో సినిమా తీసి విడుదల చేశాడు. అంతే మరునాడు గోడ మీద ఆ సినిమాకు సంబంధించిన పోస్టర్లు కూడ అగుపడలేదు. ఆ నిర్మాతే రెండు అర్ధ నగ్న నృత్యాలను పెట్టి తీస్తే అన్ని కేంద్రాలలోను చాలా రోజులు ఆడింది. మొదటి దానిలో నష్టపడిన డబ్బు రెండవ దానిలో పుంజుకొంది. ఎవరైనా ఇష్టంతో కల్లు, సారా త్రాగుతారు గాని పాలు త్రాగటానికి ఇష్టపడరు. సాహిత్యం పాలతో సమానము. సినిమాలు కల్లు సారాలాంటి వాటితో సమానము. కాని ప్రస్తుతం సాహిత్యం తన హద్దులను దాటకుండా సారాలాంటి మత్తును కలుగచేయలేక పోతే నిలువలేక పోతోంది. అయినా సాహిత్యానికి నియమాలు, నిగ్రహాలు, మర్యాదలు వున్నాయి. సినిమాలకు వాటి అవసరము లేదు. సెన్సార్ బోర్డు వాళ్ళ భయం తప్ప నిర్మాతలకు మరే భయము లేదు. సాహిత్యమంటే ఆసక్తి వున్నవాడు, సాహిత్యపు విలువలు తెలసినవాడు నీచ ప్రవృత్తులను అంగీకరించడు. మర్యాద హద్దులను దాటి వెళ్ళటానికి భయపడ్తాడు. అందువలన సాహిత్యకారుడు సినిమాలలో అన్య భాషల నుండి సంగ్రహించిన సంభాషణలను తప్ప మరేమీ

తెలుసుకోటానికి ఇష్టపడడు. రచయిత స్వయంగా ఆలోచించి వ్రాయాలంటే చాల కష్టపడవలసి వస్తుంది. కాని కొంత మంది దర్శకులు, సినిమా రచయితలు ఆ కష్టం అనుభవించనవసరము లేకుండగనే అన్య భాషలలోని విషయాలను అనుకరిస్తున్నారు. అమెరికా లాంటి చాల దేశాలలో సినిమాకు, సాహిత్యానికి సంబంధము లేకుండా పోయింది. బహుశా సంబంధము ముందు ముందు కూడ వుండదు. సాహిత్యము మానవుని మానసిక ప్రవృత్తులకు మార్గదర్శినిగా వుంటుంది గాని అనుగామిగా వుండదు. కాని సినిమాలు మానసిక ప్రవృత్తుల వెనుక వుండి అవి ఎటు తీసుకు వెళ్తుంటే అటు వెళ్తాయి. ప్రజల కోరికనుసరించి అవి మారిపోతాయి గాని, తమ ఇచ్ఛ ప్రకారం ప్రజలను మార్చలేవు. సాహిత్యము మనలో వున్న సుందర భావాలను స్పృశించి మనలను మత్తెక్కిస్తాయి. ఆ మత్తును దిగజార్చటానికి తగిన మందు ప్రొడ్యూసర్ వద్ద వుండదు. ప్రజలు ఏదైతే కోరుకుంటారో అదే మార్కెటులోకి వస్తుంది. ప్రజలకు వాటి మీద ఇచ్ఛలేకపోతే అదృశ్యమై పోతాయి. సినిమాలు, సాహిత్యము కలవటమనేది అసంభవము. అది ఇప్పుడప్పుడే జరుగనటువంటి విషయము. మానవుని మానసిక ప్రవృత్తులు మారి పోయినపుడే సినిమాలలోను, సాహిత్యంలోను ఆదర్శభావాలు అగుపడ్తాయి.

నరోత్తమ ప్రసాద్ గారు వ్రాసిన ఉత్తరం

ప్రేమ్‌చంద్‌జీ,

సినిమాలను గురించి మీరు ఇచ్చిన అభిప్రాయాలు చక్కగా వున్నాయి. సాహిత్యానికి ఇచ్చిన విలువ కూడ చాల బాగుంది. దానిని ఎవరూ వ్యతిరేకించలేరు. నిజంగా సినిమాలు కల్లు, సారాలాంటివి. సాహిత్యము పాట లాంటిది. ఈ సినిమాలను, సాహిత్యాన్ని జర్నలైజ్ చేయటం సబబుగా వుండదు. సినిమాలను వ్యతిరేకించే వాళ్ళు చాల మంది వున్నారు. వాళ్ళను సాహిత్య ప్రపంచం గుర్తించిందని చెప్పవచ్చు. అటువంటి సాహితీవేత్తలు వ్రాసిన పుస్తకాలు పాఠ్య ప్రణాళికలో కూడ నిర్ణయించుతున్నారు. ఇండోర్ సాహిత్య సమ్మేళనంలో అధ్యక్ష స్థానాన్ని అలంకరించి సాహిత్యం మీద గాంధీగారు ఇచ్చిన అభిప్రాయాలు మీరు వినే వుంటారు. కాని వాటికి ప్రత్యక్ష ప్రమాణాలు ఏవి? సినిమాలకు కూడ ఇటువంటి పరిస్థితే కలుగుతుంది. కాని సినిమాలలో చెడు ప్రవృత్తుల సమ్మేళనము మరియొక విశేషం. మీరన్నట్లు వేశ్యలు బజారులలో తిరిగే సాధువులకన్నా గొప్పవాళ్ళు కాదు. అయినప్పటికి ప్రజలలో శ్రద్ధాభావము కలిగేది వేశ్యలపట్లేగాని సాధువులపట్ల కాదు. కాని ఆంతర్య భావనతో పరిశీలించితే సాధువుల పట్లే శ్రద్ధ గలుగుతుంది. అపుడు వేశ్యలను ద్వేషించుతాము. ఈ తర్కాన్ని తీసుకొనే మీర సాహిత్యమును పాలతోను, సినిమాలను కల్లు సారాలతోను పోల్చారు. నిజంగా కల్లు పాలుగా మారదు. పాలు కల్లుగా మారదు. ఈ రెంటికి మధ్య ఆత్మిక సంబంధమైన బౌద్ధాన్ని తెలియజేశారు.

ఈ విషయంలో మీకు, నాకు కొన్ని సిద్ధాంత భేదాలు వున్నాయి. ఈ విధమైన తర్క శైలిని అనుకరించే మీ అభిప్రాయాలు పొరపాటని నా అభిప్రాయం. ఒకప్పుడు మీరు చెప్పిన విషయాలకు ప్రాధాన్యత వుండేది. కాని ఇప్పుడు అటువంటి పరిస్థితులు లేవు. ఇటువంటి అభిప్రాయాలను మనము సమూలంగా తొలగించాలి.

ఒక చోట మీరు సాహిత్యము ప్రజల వెనక వుండకూడదు. మార్గదర్శినిగా ముందు వుండాలని చెప్పారు. తరువాత సాధువులకు, వేశ్యలకు పోలికలు చెప్పారు. సాధువులు వేశ్యలకంటే మంచి వాళ్ళు కానప్పటికి కూడ భక్తితో పూజించవచ్చు అని అన్నారు. ప్రజలలో వున్న ఈ భక్తిని మీరు సమర్థించటానికి ముందు వుంచవలసిన అవసరము ఏముంది?

సాహిత్యాన్ని గురించి మీరిచ్చిన అభిప్రాయాలను పూర్తిగా అర్థం చేసుకోవాలంటే సినిమా సాహిత్య హద్దులను దాటి ముందుకు వెళ్ళవలసి వుంటుంది. ఉపయోగాల దృష్ట్యా చూచినట్లయితే సాహిత్యం కంటే సినిమాల వల్లనే ఎక్కువ ఉపయోగం వుంది. కాని అవి నిర్మాతల చేతులలో మార్పు చెంది ఎందుకూ పనికి రాకుండా పోతున్నాయి. ఈ దోషం సినిమాలది కాదు. వాటిని నిర్మించే నిర్మాతలది. నిర్మాతలకంటే కూడ వాటిని చూచి సహించువాళ్ళదే దోషం. సహనం కూడ మంచిదే కాని అది చెడు ప్రవృత్తుల ప్రభావానికి లొంగకూడదు.

సాహిత్యకారులు పేరు సంపాదించే విషయాన్ని గురించి కూడ మీరు ప్రస్తావించారు. ఒకే కేంద్రాన్ని తీసుకొని సాహిత్యకారులు భిన్నాభిప్రాయాలు వ్యక్తీకరించుతూ వుంటే కీర్తి ఎలా లభిస్తుంది? అయినా సాహిత్యకారుడు కేంద్రీకరింపజేసే విషయాన్ని బట్టి కీర్తి లభించవచ్చు. లేదా అపకీర్తి లభించవచ్చు. సినిమాలలో ప్రవేశించే సాహిత్యకారుడు ఎవ్వరైనా సరే సినిమా ఉద్దేశాలను పరిపూర్తి చేయటానికి తన రచనా విధానాన్ని మారుస్తాడు గాని వాటిని నాశనం చేయటానికి ప్రయత్నించడు. మీరు చెప్పిన ప్రకారమైతే సాహిత్యకారుడు తాను నిర్ణయించిన పరిధులకు పూర్తి ఫలితాన్ని అందజేయలేడు. అటువంటప్పుడు కీర్తి ఎలా వస్తుంది? బిరుదులు ఇవ్వటం, ప్రచారం చేయటం సాహిత్య ప్రపంచంలో వుంటాయని అందరూ అనుకొంటారు. అసలు ఈ బిరుదులు, ప్రచారము రచయితకు క్వాలిఫికేషన్లా?

మీరు బొంబాయిలో చాల రోజులున్నారు. సినిమా ప్రపంచంతో మీకు చాల పరిచయం వుండివుండవచ్చు. మన రచయితలు సినిమాలలో కూడ తమ అబిరుచుల కనుకూలంగా వ్రాయటానికి వెనుకాడరని మీకు నేను వేరే చెప్పవలసిన అవసరం లేదనుకొంటాను. సినిమా కంపెనీలకు శాశ్వతంగా వుండే రచయితలను వదలివేయండి. వాళ్ళు ఒకే చిత్రంలో రెండు వందల మంది హీరోయిన్‌లను సృష్టించటానికి కూడ వెనుకాడరు. ఈ మధ్యనే నేను ఒక సినిమా చూశాను. అందులో 'అండర్ వేర్' తోనే ఓ హీరోయిన్ చెరువు నుండి నీరు తెస్తూవుంటుంది. ఇంతలో హీరో వచ్చి ఆమెను ఏడ్పించి ఆమె నెత్తి మీద వున్న బిందెలోని నీళ్ళతో ఆమెను తడిపి ఆ బిందె దూరంగా విసురుతాడు. బట్టలు తడిసి శరీరానికి అంటుకుపోయి 'అండర్ వేర్'తో వున్న ఆమె శరీరాన్ని నగ్నంగా ప్రదర్శించారంటే అతిశయోక్తి కాదు. ఈ సృష్టి అంతా మీరు చెప్పిన సాహిత్యకారులలో ఒకరు చేసినదే. కాని ఇందులో రచయితది ఎటువంటి దోషమూ లేదని చెప్తాను. ఇటువంటి 'బ్లాక్‌షీప్ మెంటాలిటీ' సాహిత్యంలోను, సినిమాలలోను అన్ని చోట్ల వుంటుంది.

మీరు హోలీ పుస్తకాలను గురించి, వసంతోత్సవ పుస్తకాలను గురించి చర్చించారు. వీటిని సాహిత్యమని అనలేము అని అంటారు మీరు. కాని వాటిని సాహిత్యము గుర్తించలేకపోతోందంటాను నేను. ఏ ప్రేరణలు, ఉద్రేకాలు, ఉత్సాహాలు కలసి కళల సృష్టికి తోడ్పడ్డాయో అవే ఈ హోలీ ఉత్సవాలకు, వసంతోత్సవాలను ఆధారము. వాటిని వేరు చేయటం మీ దృష్టిలో సమంజసమే. ఎందుకంటే మీరు ఉపయోగం దృష్టితో మీరు వ్యక్తిగతంగా పరిశీలించారు. సినిమా ప్రపంచంలో ఎటువంటి కంపెనీలు, ఎటువంటి డైరెక్టర్లు, ఎటువంటి సినిమాలు గుర్తించబడుతున్నాయో మీరొక్కసారైనా ఆలోచించారా? ఇప్పుడు ఎక్కువగా ప్రచారంలో వున్న కంపెనీలు చెప్పుకోవాలంటే ప్రభాత్, న్యూ థియేటర్సు, రంజిత్ తప్ప మరేమీలేవు. అదే మాదిరిగా శాంతారాం, దేవకీబోస్, చందూలాల్‌శాహ లాంటి డైరెక్టర్ల పేరులే ఎక్కువగా వినబడుతూ వుంటాయి. కేవలం మీకంటికి అగుపడిన కంపెనీ గాని, సినిమాగాని ఆధారంగా తీసుకొని సినిమాలనన్నింటినీ విమర్శించడం సబబుగా వుండదేమో మీరే ఆలోచించండి. ఒకడు లైబ్రరీకి వెళ్లాడనుకుందాము. అతడు లోపలకు వెళ్లగానే చేతికి తగిలిన పుస్తకం తీసి చదివి అందులో సాహిత్య దృష్టి లోపించితే ఇక సాహిత్యపు విలువలు గలిగిన పుస్తకాలు ఎక్కడాలేవని విమర్శించుతాడు. ఆ విషయమే మీరు ప్రధానమని అంటారా?

మీ దృష్టి కోణాలను గురించి కొంచెం చెప్పవలసి వుంటుంది. కేవలం 'యుటిలిటీ' దృష్టితో పరిశీలించి 'యుటిలిటీ' కలిగినదే సాహిత్యము, మిగిలినది సాహిత్యము కాదని అనటము సబబుగా లేదు. 'యుటిలిటీ' దృష్టితో రచించుతూ వుంటే చాలా మంది రచయితలు ప్రచారకులుగా మారే అవకాశము వుంది. అంతేకాదు, ఆ అవకాశాన్ని వినియోగించుకోటానికి సాహిత్యం కంటే కూడ ఎక్కువ ప్రభావాత్మకమైన విషయాలను వుపయోగించుతాడు. అటువంటప్పుడు వాటికి సాహిత్య స్థాయిలో సమాన విలువలు ఇవ్వమా? ప్రయోజనం విధానాన్ని అవలంబించటములో ఎటువంటి నిషిద్ధము లేదు. ఆ విధానాన్ని అవలంబించాలి కూడ. అయితే సెక్సు అప్పీలు మీ దృష్టిలో పెనుభూతం లాంటిదా? సెక్సు అప్పీలు వలన రచనలన్నీ అధోగతి పొందుతాయా? అసలు రహస్యం మిమ్మల్ని ఒక్కటి అడగాలనుకొన్నాను. మీరు వ్రాసిన వాటిలో 'సెక్స్ అప్పీలు' లేని ఒక్కదాని పేరు చెప్పండి చాలు. సెక్సు అప్పీలు చెడ్డ విషయం కాదు. అది రచనలలో తప్పక వుండాలి. సెక్సు అప్పీలుకు, సెక్సును పోషించటానికి భేదం లేని మనో ప్రవృత్తిని ఆధారంగా తీసుకొని మనం రచనలు చేయాలి.

సినిమాలను ఏ విధంగా సంస్కరించాలనే దానిని గురించి ఆలోచించుదాము. సినిమాలు తీసే నిర్మాతలంతా 'ఇనీషియేటివ్' గ్రహించాలనటం చాల పొరపాటు. అది పత్రికల వాళ్ళపని, అంతే కాకుండా సినిమాలను ఆసక్తిగా చూసే నవయువకుల కర్తవ్యం కూడాను. నేను 'ది ప్రెస్‌కు సంబంధించిన వాడినే. అంతే కాకుండా ఒక సినిమా పత్రికకు సంపాదకుడిగా కూడ పని చేస్తున్నాను. అందువలననే ఇంత సాహసం చేయవలసి వచ్చింది. అనేక మంది రచయితలను ప్రోత్సహించాను. చాలా మంది సినిమాల నిర్మాణంలో మార్పు తీసుకురావటం రచయితల వల్లకాదు అని అంటారు. "లేఖక్" సంపాదకుని అభిప్రాయాలు కూడ మీరు జాగ్రత్తగా చూడండి. కొన్ని విషయాలను అసంభవమని వదిలివేశాడు. సినిమాలు అవసరమని అందరూ అంటారు. కొందరు సినిమాలను విమర్శించుతారు. కాని క్రియాత్మక సహాయోగం కావలసివచ్చినపుడు మాత్రం తప్పుకొంటారు. ఎందుకంటే సినిమాలు చాల చెడ్డవి, అవి మనలో వున్న ప్రతి భావాన్ని నాశనం చేస్తాయి అనే అభిప్రాయం కలిగి వుంటారు. ఇది చాలా దుఃఖించవలసిన విషయం కాదూ? ఆ అభిప్రాయాన్ని దూరం చేయటానికి మీరు చేయూత ఇవ్వరా?

ఇన్ని అభిప్రాయభేదాలు వున్నప్పటికీ మరల సినిమా పరిశ్రమ ముందంజ వేయాలంటున్నాము. నవ యువ రచయితలు చాల మంది సినిమాల గురించే రచనలు చేస్తున్నారు. వాళ్ళకు కావలసిన ప్రోత్సాహం కూడ ఇస్తున్నాము. "రంగభూమి" ఈ విషయంలో ముందంజ వేస్తోంది. భారతీయ సినిమా పత్రికలలో 'రంగభూమి' ఉన్నత స్థానం అలంకరించుతుందని నిశ్చయంగా చెప్పవచ్చు. రంగభూమిలో పడే వ్యాసాలు మీరు బాగుగా చదవాలని బలవంతపెడ్తున్నాను. అవి చదివిన తరువాత నా అభిప్రాయాలకు స్థిరరూపం ఇవ్వటానికి మీకు అవకాశం కలుగుతుంది.

మీరు కూడ సినిమా సాహిత్యాన్ని ప్రోత్సహిస్తారని ఆకాంక్షిస్తూ.

మీ

'నరోత్తమ ప్రసాద్ నాగర్'

నరోత్తమ ప్రసాద్ సినిమాకు సంబంధించిన విషయాలను చాల అంగీకరించారు కాని "జనరలైజ్" చేయటం అంటే అన్నింటినీ ఒక్కటే ఆధారంగా నడపటం ఆయనకు అనుచితంగా తోచింది. వేశ్యలలో కూడ పవిత్రమైన వాళ్ళు లేరా? అయినప్పటికి వేశ్యా వృత్తి అనేది వాళ్ళకు మాయని మచ్చలాంటిది.

సాధువులకు, వేశ్యలకు కొన్ని వేల యోజనాల దూరం తేడా వుంది. విలాస జీవితం సాగించే వాడిని, వ్యభిచారం చేసేవాడిని సాధువు అని ఎవ్వరూ అనరు. ఇటువంటి వాళ్ళను దుర్మార్గులని అంటారు. సాధువులు జ్ఞాన ప్రాప్తికి, మోక్ష ప్రాప్తికి, ప్రజా సేవకు అంకితం కావాలి. అటువంటి వాళ్ళను సాధువులేకారు మహాత్ములని పిలువవచ్చు. వేశ్యలలో ధనాశ, వాంఛ, కామం, మోసం ఎక్కువ పాళ్ళలో వుంటుంది. బహుశా ఇది నరోత్తమ ప్రసాద్‌గారు వ్యతిరేకించలేరేమో.

సినిమా అంటే నేను వ్యతిరేకించను. ఉన్నత ఆదర్శాలు, లక్ష్యాలు కలిగిన సినిమాలకంటే ఆదర్శమైన ప్రత్యక్షంగా అగుపడే శక్తి ఏదీ లేదని చెప్పుకోవచ్చు. అయితే వాటి నిర్మాణం మంచివాళ్ళ చేతుల్లో లేదని, ప్రజలు దానిపట్ల ఎటువంటి బాధ్యత వుంచుట లేదని ప్రసాద్ అంటారు. ఆయన చెప్పినదానిని అంగీకరించవచ్చు. కాని సినిమాలు తీసే వాళ్ళు సినిమాలను చెడు ప్రవృత్తులను దృష్టిలో పెట్టుకొని ధనాపేక్ష కోసము తీస్తూవుంటే వాళ్ళు మిగిలిన వ్యాపారుల లాంటివాళ్ళే. వ్యాపారి ప్రజలకు మార్గదర్శిగా నిలబడలేడు. కేవలం డబ్బు సంపాదించటమే అతని ఆశయము. ఏ విషయాన్ని ప్రజలకు చూపించితే ఎక్కువ డబ్బు వస్తుందో ఆ విషయాన్ని చూపటానికే ప్రయత్నిస్తాడు. ఒక్కొక్క సినిమా తీయటానికి కొన్ని లక్షల రూపాయలు ఖర్చువుతోంది. వ్యాపారి అంత పెట్టుబడి పెట్టాలంటే కొంచం భయపడవలసిన విషయమే, పేదవాడు ఎలాగూ వాటి జోలికి పోడు. కాని సాహిత్యకారుని ఉద్దేశము డబ్బు సంపాదించటము కాదు. పేరు సంపాదించటము. నా దృష్టిలో సాహిత్యము యొక్క ముఖ్యోద్దేశము జీవితానికి కావలసిన శక్తులు ప్రసాదించాలి. మిగిలిన ఉద్దేశాలన్నీ వీటిని ఆధారంగా చేసుకొనే వుంటాయి. మన రచయితలు ఈ ఉద్దేశాలతో వున్నవాళ్ళకు చిల్లి కానీ కూడ లభించదు. అయినప్పటికి సాహిత్య సేవలో అతనికి కావలసిన కీర్తి లభిస్తుంది. అటువంటప్పుడు సినిమా నిర్మాత కూడ ఉన్నతాదర్శాలు కలిగి, ధనాపేక్ష లేక సినిమా ఎందుకు నిర్మించుకూడదని నా ప్రశ్న?

సినిమాలలోకి వెళ్ళే సాహిత్యవేత్తలు సినిమాల పద్ధతులను అనుసరించక వుండేవాళ్ళు ఎవ్వరూ వుండరని అంటారు శ్రీ ప్రసాద్. ఉండరని నిశ్చయంగా చెప్పవచ్చు. ఆ వాతావరణము అటువంటిది. ఉప్పుకోఠారులలోకి వెళ్ళినది పంచదార అయినా సరే ఉప్పుగా మారిపోవలసిందే. బయట ఆదర్శ రచయితగా పేరు సంపాదించి సినిమాల లోకి వెళ్ళిన తరువాత ఓ రెండు వందల మంది స్త్రీల నగ్న నృత్యాన్ని కూడ సృష్టిస్తాడు. ఆ నగ్న నృత్యం ప్రదర్శించక పోతే డబ్బులు రావు. సినిమా నిర్మాతల వద్ద పంజరాలు వున్నాయి. ఎంత ఆదర్శ రచయిత అయినాసరే వెళ్ళి ఆ పంజరంలో చిక్కుకోవలసిందే.

ప్రొడ్యూసర్లు ఏ విషయం ప్రజలను బాగుగా ఆకర్షించగలదా అని చూస్తారు. ప్రజలను ఆకర్షించే విషయమే వాళ్ళు నిర్మించుతారు. ప్రజల్ని ఆకర్షించలేని మిగిలిన విషయాలు ఆదర్శమైనవైనా సరే, కళాపూర్ణమైనవైనాసరే వాటి ముఖం చూడరు. వేశ్యల నోటి నుండి ఆధ్యాత్మిక విషయాలు, నైరాశ్య ప్రసంగాలు వినబడితే ప్రజలు ఆ సినిమాలు చూడరు. వేశ్యలనోటి నుండి విలాసపూర్ణ ప్రసంగాలే కావాలి వాళ్ళకు. ఎంతటి ఆదర్శ రచయిత అయినా ఎన్ని బిరుదులు పొందిన వాడైనా ఇటువంటి విషయాలలో వాళ్ళనే అనుకరించక తప్పదు. సినిమా జీవితంలో ఒకరి మీద ఒకరు, ఒకరి మీద ఒకరు - ఈ విధంగా గొలుసువలె ఆధారపడి యుంటారు. కొంత మంది ఆ పరిశ్రమలో పని చేసే వాళ్ళు వారలను పొగుడుతూ ఆకాశానికి, భూమికి తాళం వేస్తారు. మరి ఆ తారలు వుబ్బిపోయి వాళ్ళు తాళం వేసిన పరిధులలో పడకుండా ఎలా వుండగలరు?

హోలీ, వసంతోత్సవాలు వదలివేయాలని, వాటిని చేసుకొనేవారు నీచులని, హోలీ వసంతోత్సవాలు ప్రేరేపించిన కళాభావాలు సాహిత్య పరిధులకు దూరంగా వుంటాయని నేనెప్పుడూ అనను. అయినప్పటికి అవి సంపూర్ణ లక్షణాలు కలిగిన సాహిత్యం మాత్రం కాదు. చాల పత్రికలు కూడ సాహిత్య సంబంధమైనవి కావు. కొన్ని సమయాలలో మాత్రమే వాటి నుంచి సాహిత్య సంబంధమైన వ్యాసాలు వెలువడుతున్నాయి. ఆ సాహిత్య విషయాలు స్థాయీ రూపంగా వెలువడవు. అంటే అప్పుడప్పుడు మాత్రమే వెలువడతాయి. మిగిలిన వేళలలో వచ్చే విషయాలలో మౌలికత, శైలి, ప్రతిభ, భావనా గాంభీర్యం వుండవు. మన గ్రామాలలో గోడల మీద అగుపడే బొమ్మలు చిత్రకళకు సంబంధించినవే అని అంటే బహుశా ఈ ప్రపంచంలో అందరూ చిత్రకారులనే చెప్పవచ్చు. కాని ఆ బొమ్మలు కళ కాదు, సాహిత్యము కూడ అంతే. కొన్ని ఆదర్శ లక్షణాలు కలిగిన కళ, శైలి, భావనా గాంభీర్యం, మౌలికత మొదలగు లక్షణాలు కల్గివుండి సామాన్య పాఠకునకు కూడ అర్థమయ్యేదే సాహిత్యం. ఆ సాహిత్యమే చిరకాలము నిలువగలుతుంది. శ్రీ ప్రసాద్ గారు చెప్పినట్లు సినిమా ప్రపంచంలో కొన్ని సామాన్య అలవాట్లు వున్నాయి. ఆ అలవాట్లు నియమ విరుద్ధమైనవే అయినప్పటికీ అవి వ్యాపారం ముందు తలవంచే వుంటాయి సినిమాలలో "ఎంటర్‌టైన్‌మెంట్" సాహిత్యం పూర్తి సాహిత్య లక్షణాలు కలిగినది కాదు. సాహిత్యములో ఈ "ఎంటర్‌టైన్‌మెంట్" సూక్తులతోను, గంభీరంగావున్న హాస్య ప్రసంగాలతోను సృష్టించుతాము. కాని సినిమాలలో తన్నుకోటం, పొడుచుకోటం మొదలైన వాటితో సృష్టించుతారు.

ఇక ప్రయోజనం గురించి ఆలోచించుదాము. ప్రతి కళ వలన పరోక్షముగా గాని ప్రత్యక్షముగా గాని ఉపయోగం తప్పకుండా వుంటుంది. ప్రాపగాండా చెడ్డది అంటారు. కాని నేడు ఆదర్శమైన, కళాయుక్తమైన, సాహిత్యం ప్రాపగాండా అనే అందరూ అంటారు. ఈ ప్రాపగాండా కొరకు సాహిత్యం కంటే ప్రభావాత్మకమైన శక్తి దేనినీ బ్రహ్మ సృష్టించలేదు. లేకపోతే బైబిల్ లోను, ఉపనిషత్తులలోను దృష్టాంతర కథలు వుండేవే కాదు. సెక్సు అప్పీలు అసహ్యంగా వుంటుందని, దానిని తొలగించాలని అనను. ప్రపంచం సృష్టి అంతా దాని మీదే ఆధారపడి వుంది. అయితే ఒక్క విషయం గుర్తుపెట్టుకోవాలి. సారా దుకాణంలో కూర్చొని ఎవ్వరూ పాలు త్రాగరు. సెక్స్ అప్పీల్ వికృత రూపం దాల్చినప్పుడే అందరూ అసహ్యించుకొనేది. సూదితో బట్టలు కుట్టుకుంటేనే బాగుంటుంది. అంతేగాని శరీరాన్ని కుట్టుకుంటే ఎంతో బాధ వుంటుంది. సాహిత్యంలో సెక్స్ అప్పీల్ కూడ అటువంటిదే. హద్దులను దాటితే హీనంగా తయారవుతుంది. ఈ కారణంవలననే ప్రాచీన హిందీ సాహిత్యంలోనే చాలా గ్రంథాలు అందరి విమర్శకు పాత్రమయ్యాయి. సినిమాలలో సెక్స్ అప్పీలు నియమాలను, నిగ్రహాలను అధిగమించుతోంది. ఆ సెక్స్ అప్పీల్‌ను ప్రేమ అని అంటే "ప్రేమ" అనే శబ్దాన్ని కళంకితం చేసినట్లే.

సినిమాలు మనకు వుపయోగపడతాయనే చెప్పుకోవచ్చు. వాటి అభివృద్ధికి శ్రీ ప్రసాద్ చేసే కృషిని ప్రశంసించవలసినదే. కాని సినిమాలలో ఉపయోగించే సంస్కృతి మధువులోని మత్తువలె యూరప్ నుండి వ్యాపించుతోంది. దాని నుండి తప్పుకోవటం భారతదేశం వలన జరిగే పనికాదు. ఈ ప్యాషన్ అనే మత్తు నుండి భారతదేశం దూరంగా వుండలేకపోతోంది. భోజనం లాంటి వ్యవహారాలలో కూడా యూరప్ పద్ధతి అనుకరిస్తున్నారు. ఇవన్నీ మారిపోవాలంటే సంస్కృతి మీద మానవుడు అధికారం సంపాదించాలి. అంతే కాని దాని ప్రభావానికి లొంగకూడదు. సినిమాలు ప్రజలను నైతికంగా మార్చే దర్పణాలు. అవి కళావిజ్ఞుల చేతులలో తయారగునప్పుడే, మన భారతదేశం సంస్కృతి విలువ తెలుసుకోగలుగుతుంది. అనుకరణా విధానాన్ని విడనాడుతుంది. సినిమాలు మానవుడ్ని మానవుడిగా తయారు చేయనంత వరకు అవి ఎందుకూ పనికిరానివనే చెప్పుకోవాలి.

సినిమాలు-జీవితాలు

సినిమాలు రోజురోజుకు పెరిగిపోతున్నాయి. ఇంగ్లండులో ప్రతివారం రెండు కోట్ల మంది ప్రేక్షకులు సినిమాలు చూస్తున్నారట. ప్రతి దేశం సినిమాలను అభివృద్ధి పరచటం ప్రత్యేక లక్షణంగా పెట్టుకొంది. మానవ జీవితాలను సంస్కరించే ఈ సినిమాలను ధనాశకు లోబడేవాళ్ళ చేతులలో వుంచకూడదనుకొండి. ప్రజలు ఏ వస్తువులను ఎక్కువగా అభిలషించుతారో ఆ వస్తువులను తయారు చేయటమే పరిశ్రమలు ధ్యేయంగా పెట్టుకొంటాయి. ఒక వేళ ప్రజలకు తాటికల్లు ఇష్టమయితే తాటికల్లు దుకాణాలు పెట్టి డబ్బు సంపాదించటానికి యత్నిస్తాయి. దీని వలన మానవుడు దైహికంగా, ఆత్మికంగా, నైతికంగా, ఆర్థికంగా, పారివారకంగా ఎంత దిగజారిపోయినా వాళ్ళు లక్ష్య పెట్టరు. ధనం సంపాదించటమే వాళ్ళ లక్ష్యము. ఆ లక్ష్యాన్ని సాధించటానికి వాళ్ళు ఎటువంటి సాధనాన్నైన వుపయోగించుతారు. కాని ఆ లక్ష్యాలు జీవితాన్ని పరిపూర్తి చేయలేవు. ప్రజలలో ముందు నియమాలు, నిగ్రహాలు వుండాలి. చాల వరకు వీటి ప్రచారం సాధువులు, ఉపదేశకులు చేస్తూ వుండాలి. పరిశ్రమ పరిశ్రమే, వ్యాపారము వ్యాపారమే అన్న వాక్యం ప్రతివాళ్ళ నోటి వెంట వస్తుంది. అంటే ఆ వ్యాపారాభివృద్ధికి ధర్మాధర్మాలు, ఉచితానుచితాలు లెక్కచేయకుండా ప్రవర్తించటమన్న మాట. వాటిని గురించి ఆలోచించటము మూర్ఖత్వమనే వాళ్ళు అనుకొంటారు.

మానవుడు ప్రారంభంలో కోతిగా వున్నాడో, ఎలుగబంటిలా వున్నాడో అని భేదాభిప్రాయాలు మన విద్వాంసులలో వున్నా గాని మానవునిలో దైవత్వం, పశుత్వం- రెండు వున్నాయని ఒప్పుకుంటారు. మానవుడు ఒక సమయంలో హత్యచేసినా, మరొక సమయంలో ఇతరుల ప్రాణాలను రక్షించటానికి తమ ప్రాణాలు బలియివ్వటానికి సిద్ధపడతాడు. ప్రాచీన కాలంలో నుంచి సాహిత్యము కావ్యాలు, కళలు, ఈ సిద్ధాంతాన్ని ఆధారంగా తీసుకొనే మానవునిలో వున్న పశుత్వాన్ని అరికట్టివేసి దైవత్వాన్ని జాగృతం చేయటానికి ప్రయత్నించాయి. మనలో వున్న నీచభావాలను పారద్రోలి కోమలమైన సుందర

భావాలకు స్థానం ఇవ్వటానికి ప్రయత్నించాయి. సాహిత్యం, కావ్యాలు అప్పుడప్పుడు సౌందర్యాన్ని బలహీనంచేసి ఆ సౌందర్యాన్ని, బీభత్సాన్ని, వాంఛలను ఆధారంగా తీసుకొన్నాయి. అలా జరిగినపుడు సాహిత్యము పతనము వైపు పరుగెడుతుందనుకోవచ్చు. అందువలన సాహిత్యంలో మానవ జీవితాన్ని యథాతథంగా చూపటానికి ప్రాధాన్యం ఇవ్వక ఆదర్శాలను చిత్రించటానికే ప్రాధాన్యం ఇచ్చారు. అయితే ఆదర్శవాదం సంగతి ఏమిటని అడుగవచ్చు. ఆదర్శవాదం కూడ సుందరమైన, పవిత్రమైన భావాలను సృష్టించి మానవజీవిత వికాసానికి తోడ్పడుతూ, మానవుని హృదయంలో వున్న కల్మషాన్ని కడిగివేయటమే తన ధ్యేయంగా పెట్టుకోవాలి. ఆదర్శభావాల సృష్టి జరిగినపుడే అది ఉత్తమమైన సాహిత్యముగా పరిగణించబడుతుంది. సామాన్యముగా మనమంతా నిర్బలులమనే చెప్పాలి. చిన్నచిన్న ప్రలోభాల ఎదుట విచలితులమవుతాము. అంతే కాదు, సామాన్య కష్టాల ఎదుట కూడ తలవంచుతాము. అటువంటప్పుడు సాహిత్యములో కూడ చేతకాని స్వభావం గల పాత్రల సృష్టి జరిగినపుడు ఈ ప్రపంచంలో బలహీనత తప్ప మరేమీలేదనుకొంటాం. అయితే మనకు కావలసినది నిశ్చయించుకోవలసినది అది కాదు. మనను ముందుకు త్రోయటానికి వెనుక ప్రేరణాత్మకశక్తి వుండాలి, ఆదర్శంగా కొన్ని మన ముందు నిలబడాలి. అందువలన పాత్రలు ప్రలోభాలను కాళ్ళతో నలిపివేస్తూ, కష్టాలను ధైర్యంగా ఎదుర్కొంటూ వున్నవిగా సృష్టించితే వాటి నుంచి ఆదర్శభావాలు కొన్ని తెలుసుకొని ముందుకు వెళ్ళగలము. మనకు ఆదర్శంగా నిలిచిన పాత్రల పట్ల మనము శ్రద్ధాభక్తులు కలిగి వాటిలో వున్న సాహసం మనలో నింపుకోవటానికి ప్రయత్నిస్తాము. ఒక వేళ సినిమాలు ఈ ఆదర్శాలు దృష్టిలో వుంచుకొని ప్రజల ముందుకు రాగలిగితే ప్రపంచంలో ప్రత్యక్షంగా అగుపడే సంచాలన శక్తి వాటికన్న మరేదీ లేదని చెప్పవచ్చు. కాని ఆ విధంగా జరుగట లేదు. పరిశ్రమనే దృష్టిలో పెట్టుకొని కళకు విలువలు తగ్గించి వేసి ధనాన్నే ప్రధానంగా భావించుతున్నారు. అందువలననే సినిమాలలో మార్పు రావాలని, దానిలో వున్న విశృంఖల వ్యవహారాలను తొలగించాలని, మానవునిలో పశుత్వాన్ని ఉత్తేజపరిచే ప్రవృత్తులు రూపుమాసిపోవాలని ఆందోళన ప్రారంభించారు.

బొంబాయిలో కాంగ్రెసు ఉత్సవాలు జరిగినప్పుడు సినిమా థియేటరులన్నీ ఖాళీగానే వుండేవి. ఆ సమయాలలో వాళ్ళకు చాల నష్టము కూడ సంభవించేది. ఎందుకూ పనికిరానివి, అబద్ధాలను నిజంగా చెప్పటానికి ప్రయత్నించేవి చూడటం వలన తమకు ఏమీ లాభం లేదని వాళ్ళకు తెలుసు. అంతే కాదు, తాము యదార్థ జీవితంలో ఎదుర్కోవలసినవి తమ జీవితాలను సార్థకం చేయటానికి తమ ముందు గురుతర బాధ్యతలు

చాల వున్నాయని వాళ్ళు తెలుసుకొన్నారు. ప్రజలు ఎక్కువగా ఆదర్శంగాను, ప్రేమ, త్యాగ భావంగాను వున్న చిత్రాలను చూడటానికి ఇష్టపడతారు. అయితే, కొన్ని సాహస భావాలను, ఆదర్శాలను చూపటానికి మన సినిమా వాళ్ళు ఎత్తు నుంచి పల్లానికి దూకటం నలుగురుకలసి తన్నుకోవడం, ఇద్దరు పోలీసులను సృష్టించి వాళ్ళచేత కాలికి బుద్ధి చెప్పించటం లాంటివి సృష్టించి చివరకు ఎందుకూ పనికి రాకుండా తయారు చేస్తారు. వీటితోపాటు ఆలింగనాలు, ముద్దులు కూడ ప్రవేశ పెడ్తారు. అయితే అవి దేహానికి కన్నులవలె సినిమాలకు ఉపయోగపడ్తాయని గమనించాలి. ప్రేమ దృశ్యాలను ప్రజలు ఆసక్తిగా చూస్తారు. అయితే ఆలింగనాలు, చుంబనాలు వుంటేనే ప్రేమ వున్నట్లు భావించాలా? కేవలం కత్తి చూపినంత మాత్రాన సాహసం కలిగినట్లేనా? ఎటువంటి పాటలు లేకపోతే సినిమాలు రాణించవా? మానసిక, దైహిక హింసల ద్వారానే ఆనందం కలుగుతుందా? ఈ ప్రశ్నలకు జవాబులు మాత్రం వచ్చినా అవి మానసికశాస్త్ర దృష్ట్యా అనుమానాస్పదమైనవి. ప్రజలు ఏ విషయాలను అసహ్యించుకుంటారో, ఏ విషయాలను దూరంగా వుంచాలని ప్రయత్నించుతారో వాటినే సినిమా థియేటర్‌లో చూపి చప్పట్లు మ్రోగించుతారు. సామూహికంగా ఈ మానసిక బలహీనత వుండుట ప్రత్యేకతే. కేవలం ప్రజలకు నగ్న దృశ్యాలతోను, చుంబనాలతోను, ఆలింగనాలతోను ఆనందం లభించితే అటువంటి వాటికి అవసరాలను, అవకాశాలను, కల్పించటమే మన కర్తవ్యమా? పరిశ్రమలు కూడ దేశం ఎదుట, సమాజ కళ్యాణం ఎదుట తలవంచుకోవలసిన అవసరం వుంటుంది. స్వదేశీ ఆందోళనా సమయంలో వ్యాపారం వ్యాపారమే అనగల సాహసం ఎవరి దగ్గర వుంది? ఆ వ్యాపారం వలన సంఘానికి మేలు జరిగితే ఫరవాలేదు. లేకపోతే ఆ వ్యాపారాన్ని సమూలంగా నాశనం చేయాలి. సినిమాలు మనకు సభ్యతాయుక్తమైన ఆనందం ఇవ్వగలిగితే వాటికి మనం ప్రాణం పోయవచ్చు. ఒక వేళ అవి మన మానసిక ఉద్రేకాలను రెచ్చగొడితే, మనలో నిర్లజ్జతను, దూర్తతను పెంపొందించితే, పశుత్వాన్ని ఆరాధించితే వాటిని మనం చాల త్వరగా నిర్మూలించాలి.

ప్రజలకు ఇప్పుడిప్పుడే అర్థనగ్న చిత్రాలను చూచుట వలన ప్రయోజనం లేదని తెలుస్తోంది. నిర్మాతలు కూడ ప్రజలకు నగ్న నృత్యాలను చూపి ధనం గుంజటం తేలికగా జరిగే పనికాదని ఇప్పుడిప్పుడే తెలుస్తోంది. వాటిని వాళ్ళే త్వరగా మార్చి వేయాలి. లేకపోతే ప్రజలే వాటిని సమూలంగా నాశనం చేయటానికి ప్రయత్నిస్తారు. సినిమాలు సాంస్కృతిక జీవనానికి ప్రతిబింబంగా నిలబడినప్పుడే ప్రజలను ఆకర్షించగలుగుతాయి. అంతేగాని విలాస జీవితాలను, నగ్న దృశ్యాలను చూపటం వలన ప్రయోజనం పొందలేవు.

సాహిత్యము-సహకారము

భారతదేశంలో విజ్ఞానానికి, చరిత్రకు, గణితానికి, రాజనీతికి, ప్రత్యేక సంస్థలు వుండి అంతర్జాతీయముగా సంబంధము కలిగి వుంటున్నాయి. కాని సాహిత్యానికి మాత్రం ఇటువంటి సంస్థలు లేవు. అందువలన సామాన్య ప్రజలకు ఇతర ప్రాంతాలలోని సాహిత్యము-దాని పుట్టుపూర్వోత్తరాలు, దాని వికాసం గురించి తెలియుటలేదు. అంతేకాదు సాహిత్యవేత్తలు పరస్పరం కలుసుకుని చర్చించటానికి కూడ అవకాశము కలుగుటలేదు.

కొంచెం పేరు సంపాదించిన రచయితల గురించే మనకు తెలుసు. మిగిలిన గుజరాతీ, బెంగాలీ, మళయాళం, తెలుగు, తమిళం మొదలైన భాషలలో రచనలు చేసే వాళ్ళను గురించి మనకు ఏమీ తెలియదు. ఇంగ్లీషు సాహిత్యంతో మనకు పరిచయం లేదు. కాని వున్న ఆ కొద్ది పరిచయంలోనే మనం ఫ్రాన్సు, జర్మనీ, రష్యన్, పోలెండ్, స్వీడన్, బెల్జియమ్ సాహిత్యాలను తెలుసుకుంటున్నాము. దీనికి ముఖ్యమైన కారణం ఆయా భాషలలో వున్న సాహిత్యం ఇంగ్లీషులోకి అనువదించటమే. ఒక దేశీ సాహిత్యాన్ని గురించి విచారించితే బెంగాలీ తప్ప అన్యభాషలను గురించి మనకేమీ తెలియదనే చెప్పుకోవాలి. ఈ విధంగా జరగటానికి కారణం ఒకటి వుంది. ప్రాంతీయ భాషా రచయితలు తమ తమ సంస్థలు, సమ్మేళనాలు వేరువేరుగా ఏర్పరుచుకుంటారు. అలా జరగటం మంచిదే. ప్రతి ప్రాంతానికి లోకల్ కౌన్సిల్స్ వున్నాయి. కాని కేంద్రీయ సంస్థలు మాత్రం లేవు. ఈ కేంద్రీయ సంస్థలను స్థాపించుకొంటే సాహిత్య సంబంధంగా అనేక ప్రయోజనాలు కలిగి దేశానికి, భాషకు కూడ సేవ చేయటానికి అవకాశం కల్గితుంది.

ఇప్పటి వరకు హిందీ స్వశక్తి వలననే వికసించినదని చెప్పుకోవాలి. మన దేశంలో ముఖ్యముఖ్య ప్రదేశాలలో హిందీ మాట్లాడలేకపోయినప్పటికి అర్థం చేసుకోగలరు. మధ్యలో ఇంగ్లీషు వచ్చి నిలబడకపోతే ప్రాంతీయ నివాసులు మరొక ప్రాంతీయవాసులతో హిందీనే తప్పక వుపయోగించేవారు. ఇప్పుడు కూడ చాల మంది హిందీ మాట్లాడుతున్నారు. అయితే వాళ్ళు ఇంగ్లీషు తెలియని వాళ్ళు మాత్రమే.

ప్రాంతీయ భాషల సంబంధము ఇంకా పెంపొందించటానికి, మన సంస్కృతిని సమన్వయ పరచటానికి ఇప్పుడిప్పుడే అవకాశం లభిస్తోంది. ఈ అవకాశం సద్వినియోగమైతే రాష్ట్రీయ భాషేకాదు. సాహిత్యం కూడ నూతన విధానాలతో సృష్టించవచ్చు. ప్రతి ప్రాంతానికి సాహిత్యంలోను ప్రత్యేక పద్ధతులు, ప్రత్యేక విలువలు వుంటాయి. ఒక ప్రాంతానికి మరొక ప్రాంతానికి విభిన్నంగా వున్న ఈ పద్ధతులను విలువలను ఒక భాషా నిర్మాణం ద్వారా సమన్వయ పరచవచ్చు. కేవలం "ప్రాంతీయత" అనే హద్దులను దాటి సాహిత్య విశాలక్షేత్రంలో ప్రవేశించి మన కర్తవ్యంలో కృతకృత్యులముకావచ్చు. ఈ కార్యము నెరవేర్చటానికి వివిధ భాషలలో వున్న సాహితీవేత్తలు పూర్తి సహకారం ఇవ్వాలి. అప్పుడే మనం పురోగమించగల్గుతాము. లేకపోతే మన ఆశయాలు నెరవేరవు. ఏ బెంగాలీ రచయితలో, మరాఠీ రచయితలో అప్పుడప్పుడు హిందీలో రచనలు చేస్తూవుంటారు. అంతమాత్రంతో ఆశయాలు వికసించినట్లు కాదు. కాని సాహిత్య సంస్థలను స్థాపించే రచయితలు పరస్పర భావాలను, ప్రవృత్తులను, ఆచార వ్యవహారాలను అర్థం చేసుకోగలిగితే సాహిత్యాన్ని పురోగమింప చేయవచ్చు.

ఒకసారి నేను బొంబాయి వెళ్ళి చాలా మంది గుజరాతీ రచయితలను కలుసుకున్నాను. సాహిత్య సంస్థలను స్థాపించి పరస్పర సహకారం ఇవ్వటానికి వాళ్ళు చాల ఉత్సాహం చూపారు. వాళ్ళ అభిప్రాయాలతో ఏకీభవించి కార్యరూపంలో చూపటానికి అవకాశాలు కల్పించాలి. హిందీ ప్రస్తుతం భారతదేశంలో బాగుగా అభివృద్ధి చెందుతోంది. అటువంటప్పుడు సాహిత్య సంస్థలు నెలకొల్పితే మిగిలిన భాషలలోని రచయితలు కూడ ఆదరించి సహాయ సహకారాలు అందించటానికి ముందంజ వేస్తారు.

దేశంలో ప్రాంతీయతా భావం పెరిగిపోతుందని అందరకు తెలుసు. దీనికి ముఖ్యకారణం ప్రతి ప్రాంతీయ సాహిత్యం వేరు వేరు రూపంలో వుండటమే. ఒక ప్రాంతం మరొక ప్రాంతానికి సాహిత్య సహకారం ఇవ్వగలిగితే ఈ ప్రాంతీయ ఘర్షణలను తేలికగా రూపుమాపవచ్చు. దేశ నిర్మాణం అంతా సాహిత్యం చేతిలోనే వుంటుంది. సాహిత్యంలో ప్రాంతీయతా భావం ఇమిడివుంటే చదువరులకు కూడ ప్రాంతీయతాభావం పెరిగిపోయి అన్య ప్రాంతాలను ద్వేషించ మొదలిడతారు. సంవత్సరానికి ఒక్కసారి అన్ని భాషలలోని రచయితలను సమావేశపర్చితే వాళ్ళే పరస్పరం అర్థం చేసుకొని భావ సహకారాన్ని పొందకల్గుతారు. అపుడే సంఘర్షణలున్న చోట సౌభ్రాతృత్వాన్ని నెలకొల్పగల్గుతాము. అంతేకాదు, ఆ ప్రాంతాలు మరింత సన్నిహితముగా వుండి దేశాభివృద్ధికి తోడ్పడగల్గుతాయి. ఈ సమావేశాల వలన మనం అనేక మంది అనేక భాషలలోని రచయితలను

కలుసుకోవచ్చు. వాళ్ళను గురించి తెలుసుకొని ఇప్పటి వరకు వున్న భ్రమలను, సంకీర్ణతలను తొలగించవచ్చు. ఇప్పటి వరకు మేము పి.యి.యన్. విశ్వసాహిత్య సంస్థ సంపూర్ణ చరిత్రను ముద్రించి అందచేయగలిగాము. ప్రపంచంలో వున్న గొప్పగొప్ప భాషలే ఇటువంటి సంస్థలు ఏర్పరుచుకుంటే దేశంలోవున్న భాషలు అంతర ప్రాంతీయ సంస్థలు నెలకొల్పుకోవటం తప్పనిసరికదా? భారతదేశపు ఆత్మ అభివ్యక్తీకరణకు రచయితలను ఆశ్రయించుతుంది. ఆత్మీయ భావాలను ఆధ్యాత్మికవేత్త వ్యక్తీకరించుతాడు. విజ్ఞానవేత్త దాని జ్ఞానాన్ని అభివృద్ధి చేయవచ్చు. కాని దాని మర్మాలు, వేదనలు, అభిలాషలు, ఆనందాలు, కాంక్షలు- అన్నీ సాహిత్యపరంగా ఆధారపడివుంటాయి. కాని, అనంతమైన సాహిత్య శక్తి ప్రాంతీయతా బంధనాలలో చిక్కుకొనిపోతే ఎంత వినాశం కల్గుతుందో ఆలోచించండి. ప్రాంతీయతా హద్దులలో వుండి బయట ప్రపంచపు వాతావరణానికి వంచింపబడుతోంది. అందువలననే అది స్వశక్తితో అభివృద్ధి పొందలేక పోతోంది. సృష్టి స్రవంతులు ఏకాంతపథంలో పయనించి సంకీర్ణంగాను, వేగం లేకుండాను వుంటున్నాయి. ఆధారాలను సమన్వయం చేసి ప్రవాహంలో ప్రగతిని సృష్టించటమే మన సాహిత్య సమ్మేళనాల కర్తవ్యము.

భారతీయ సాహిత్య పరిషత్తు

కొన్ని సంవత్సరాలకు పూర్వము మా మనసులలో చిగురించిన సాహిత్య కల్పనలు భారతీయ సాహిత్య పరిషత్తుగా నిలిచాయి. భారతదేశంలో సంస్కృతికి సంబంధించిన వివిధ విభాగాలకు ప్రత్యేక సంస్థలు వున్నాయి కాని, సాహిత్య సంబంధమైన సంస్థలు లేవు. సాహిత్యము దేశ నిర్మాణంలో ప్రధానాంగమని గుర్తించలేకపోవటమే దీనికి కారణము. దేశంలోని వివిధ భాషలలోని రచయితలు ఒక చోట చేరి పరస్పరం అర్థం చేసుకొని ప్రస్తుతం వున్న కొన్ని చెడు ప్రవృత్తులను దూరం చేయవచ్చు. సాహిత్య విషయాలను గురించి చర్చించుకొని మైత్రిని, ఐక్యమత్యాన్ని పెంపొందించుకోవచ్చు. అపుడే ప్రాంతీయతా భావంగా ఏర్పడిన ఈ మానసిక బలహీనతను నిర్మూలించవచ్చు. ఒక ప్రాంతీయ సాహిత్యమును మరొక ప్రాంతీయ సాహిత్యము కంటే ఉన్నతంగా వుంచటానికి ప్రయత్నించవచ్చు. కాని ఈ విధంగా ఏర్పడే పోటీలో ఈర్ష్యకు, సంకీర్ణతకు స్థానం ఇచ్చినట్లయితే అది దేశ వినాశానికి కారణమవుతుంది. నిత్య వికాసం పొందుతున్న ఈ యుగంలో అనేక నూతన సమస్యలు ఎదుర్కొనవలసిన అవసరం ఏర్పడుటచే సాహిత్యానికి ప్రత్యేక ప్రగతి మార్గం చూపించటం చాలా కష్టమైన పని. ఇతర ప్రాంతాల సాహిత్యంతో

కూడా సన్నిహిత సంబంధము కలిగి భావనా సహకారము పొందుతూ, నాలుగు ప్రక్కల నుండి స్వచ్ఛంద వాతావరణము సృష్టించుకునే సాహిత్యమే ప్రగతి మార్గంలో అడుగు పెట్టగల్గుతుంది. ప్రాంతీయత అనే నాలుగు గోడల మధ్య సాహిత్య జీవితము నిస్సారముగాను, ప్రాణరహితంగాను, మూర్ఖంగా కూడ వుంటుంది. ఈ భావనే ఈ పరిషత్తు స్థాపింపటానికి పునాదిగా నిలిచింది. మేము ఆశించినంతగా అభివృద్ధి చెందలేక పోయినప్పటికీ క్రమక్రమంగా నిజమైన విలువలను వెల్లడించి గొప్ప సాహిత్య పరిషత్తు అవుతుంది. క్రిందటి సమావేశంలో ప్రాంతీయ పరిషత్తుల నుండి చాలా తక్కువ మంది వచ్చారు. అందువలననే మా కార్యక్రమాలు చాల వేగంగా నిర్వహించవలసి వచ్చింది. ఈ విషయంలో ఒక చిన్న పొరపాటు కూడా చేశాము. సమయానికి నిశ్చిత కార్యక్రమాన్ని రూపొందించలేక పోయాము. అంతేకాదు, ఆ కార్యక్రమాలను ప్రాంతీయ సాహిత్యకారులకు సూచించలేకపోయాము. మహాత్మునికి అస్వస్థతగా వుండుటవలన రెండుసార్లు తారీఖులే మార్చవలసి వచ్చింది. ఈ పరిస్థితులన్నిటినీ ఎదుర్కొని కూడా వున్న కొంచెం కాలంలోనే నిర్వహించిన కార్యము కొనియాడదగినదే. అంతేకాదు, ఈ పరిషత్తు పునాది మహాత్ముని చేతిలో వుండటమే మేము గర్వించదగిన విషయము. తన జీవితంలోని అన్య విషయాలవలెనే సాహిత్యాన్ని కూడ అతి సన్నిహితంగా చేసుకొని దానిలో వ్యవహార రీతులను ప్రవేశపెట్టారు. అదే గుజరాతీ సాహిత్యంలో నూతన శైలిగా పరిణమించింది. సాహిత్యాన్ని గురించి ప్రస్తావించుతూ ఆయన ఈ విధంగా అన్నారు. "నా దృష్టిలో సాహిత్యానికి కొన్ని హద్దులు, నియమాలు వుండటం మంచిదే. కేవలం పుస్తకాల సంఖ్యను పెంచటమే నా దృష్టి కాదు. ప్రతి ఒక భాషలో వున్న పుస్తకాలను మరొక భాషలో పరిచయం చేయాలనుకోవటం కూడ పొరపాటే. అలా పరిచయం చేయటం తప్పనిసరి అయితే హానికరం కూడాను. సాహిత్య ఐక్యమత్యాన్ని, నీతిని, విజ్ఞానాన్ని, భావాన్ని పెంపొందిచే వాటిని ఇతర భాషలలో అందించితే ప్రయోజనం వుంటుంది, ప్రాంతీయ భాషలలో ఉన్నత లక్ష్యాలు కల్గినవి, జీవితానికి అర్థం చెప్పేవి, జ్ఞానాన్ని, ఆత్మను పరిష్కరించే వాటిని హిందూస్థానీ ద్వారా అన్య భాషలలోనికి అందించవచ్చు. ఇదే సాహిత్య పరిషత్తు లక్ష్యం".

మహాత్ముడు తన ఉపన్యాసంలో శృంగార రసాన్ని నికృష్టం గావించి దానిని వదలివేశారని చాలా మందికి సందేహం కలిగింది. శృంగార రస ఆశయాన్ని అర్థం చేసుకోవటం వేరువిధంగా వుండుట వలననే వాళ్ళు ఈ భ్రాంతిలో పడ్డారు. శృంగారంలో సౌందర్య జ్ఞానం పెంపొందుతూ, ఉన్నత భావాలను జాగృతం చేస్తుంటే దానిని ఎవరూ బహిష్కరించలేరు. మహాత్ముడు అశ్లీలముగా వున్న శృంగారాన్ని మాత్రమే బహిష్కరించారు.

కొంత మంది సాహిత్యకారులను దృష్టిలో పెట్టుకొని శృంగారంలో శ్లీల, అశ్లీలాలను నిర్ణయించుతారు. కాళిదాసు, వాల్మీకి వర్ణించిన శృంగార ఘట్టాలను ఆధారంగా తీసుకొని తాము సృష్టించే శృంగారాన్ని సమర్థించుకొంటారు. కాళిదాసు కాని, వాల్మీకికాని మరి ఏ యితర సాహిత్యకారుడు కాని, అశ్లీల శృంగారాన్ని సృష్టించాడంటే సౌందర్య భావనను హత్య చేశాడన్న మాట. మనలను నాశనమార్గంలోకి తీసుకు వెళ్ళే రచనలు, కామాన్ని రేకెత్తించి సమాజాన్ని కలుషితం చేసే శృంగార రచనలు ఎప్పుడూ ఉపయోగించకూడదు. వాటిని సాహిత్యానికి చాలా దూరంగా వుంచాలి. సాహిత్య లక్ష్యం సమాజాన్ని, వ్యక్తిని ఉన్నతంగా నిలపెట్టటమే కాని క్రిందకు పడద్రోయటం కాదు. మహాత్ముడు స్వయంగా ఈ విషయాలనే తన సాహిత్య వుపన్యాసంలో తెలియజేశారు. శృంగార సాహిత్యం ప్రస్తుతం అన్ని ప్రాంతాలలోను వెలువడుతోంది. చాలా మంది శృంగార రసం తప్ప మిగిలిన రసాలు లేవనే చెప్పారు. శృంగార రసాన్ని ప్రత్యక్షంగా చూపుతూ, దానిని మరింత అభివృద్ధి చేస్తూ ఇతరులను హేళనచేస్తూ వుంటారు. ఎన్ని విషయాలను త్యజించినా రసాలను ఎవ్వరూ త్యజించలేరు. ఏదో ఒక రసపుష్టితో మన జీవితం కూడ నిర్మించబడిందన్న విషయం మరువకూడదు. దాదాబాయి గొప్ప రసికుడయినప్పటికి దేశం కోసం ఆయన చాల చేశారు. దేశసేవ తన జీవితంలోని ప్రధాన రసంగా భావించారు.

ప్రతి మానవునికీ ప్రత్యేక అభిరుచులు, ప్రత్యేక వృత్తులు, ప్రత్యేక ఆహారం వుంటాయి. అదే విధంగా ప్రతి సమాజం ప్రత్యేక అవసరాలను, అవకాశాలను కలిగి వుంటుంది. ఒక బలవంతుడు తినే ఆహారం నిత్యరోగికి పెట్టినట్లయితే మరునాటికే పరలోక ప్రయాణం చేస్తాడు. అదే విధంగా ఒక రోగి తీసుకొనే ఆహారం బలవంతునకు ఇచ్చినట్లయితే కొద్ది రోజులలో రోగి ప్రక్కన తను కూడ ప్రక్క పరుచుకుంటాడు. ఇంగ్లండు, ఫ్రాన్సు లాంటి దేశాలు బాగుగా అభివృద్ధి చెంది పటిష్టంగా వున్నాయి. అటువంటి దేశాలలో మదిరాలాలస, కామప్రకోపం, వ్యాపించినప్పటికీ వాటిని జీర్ణించుకొనే శక్తి వారిలో వుంది. కాని హిందూ దేశం బానిసత్వపు సంకెళ్ళలో వుంటే జీవనశక్తి క్షీణింప చేసే వాటి నుంచి, నిగ్రహశక్తిని నాశనం చేసేవాటి నుంచి చాలా దూరంగా వుండవలసి వచ్చింది. నగ్న చిత్రాలలోనే సౌందర్యాన్ని చూస్తూ వుంటే, రతి వర్ణనలను, నగ్న విలాసాలను సృష్టించే కవిత్వమే ఉన్నత లక్ష్యాలను కల్గివుందని అంటే దాని భవిష్యత్‌ను గురించి సందేహించవలసి వుంటుంది. ఇటువంటి సాహిత్యము అభివృద్ధి లక్షణాలను ఏ మాత్రం కల్గివుండదు. ప్రపంచాన్నంతటినీ తమ పిడికిలిలో బిగించగలమనుకొనే వారు మానసికంగా నియంతలుగా మారిపోతారు. బలహీనతలు, నగ్న దృశ్యాల బానిసత్వం వున్న చోట

సాహిత్యం కూడ నగ్న దృశ్యాల ద్వారా కామాన్ని రేకెత్తించి, నిర్లజ్జాపూర్ణమైన రతి వర్ణనలలోనే సంతోషం, తృప్తి పొందుతూ వుంటే ఈ మానసిక నియంతలు దానికి తగిన ప్రాయశ్చిత్తం నిర్ణయించగలరా? లేక ఇంకా కొన్ని శతాబ్దాల వరకు దానిని ఆ బానిసత్వంలోనే బిగించి వుంచుతారా?

భారతీయ సాహిత్య పరిషత్తులో కాకా కలేల్కర్ అధ్యక్షోపన్యాసం చాల చక్కగా ఇచ్చారు. ప్రస్తుతం సాహిత్య పరిశ్రమలో వున్న అనేక సమస్యలను గురించి ఆయన చర్చించారు. సాహిత్యం వలన దేశాన్ని పటిష్టం చేయవచ్చునని, సాంప్రదాయ, ప్రాంతీయతా భేదాలు వినాశానికి దారి తీస్తాయని, సాహిత్యంలో ఈ తప్పుడు అభిప్రాయాలను రూపుమాపాలని ఆయన సూచించారు. దీనిని గురించి ఆయన ఇంకా ఇలా అన్నారు. "సాహిత్యాన్ని ముందుకు పోకుండా బంధించటం సాధ్యం కానిపని. అయినప్పటికీ దానిని కొన్ని నియమాలలో వుంచటం చాలా అవసరం. సాహిత్యం ఎప్పుడూ సద్భావుకుల చేతులలో అంకుశంలా వుపయోగపడినప్పుడే అభివృద్ధి పొందటానికి అవకాశాలుంటాయి". దీనిని గురించి చర్చించుతూ ఆయన మరికొన్ని విషయాలు చెప్పారు.

"ధర్మానికి సంబంధించిన ఆచారవ్యవహారాలు వాస్తవిక జీవితానికి చాల దూరంగా వుంటున్నాయి. వెనుక జరిగిన వ్యవహారాలను దృష్టిలో పెట్టుకొని ఆదర్శాలను గమనించరు. ఆ ఆదర్శాల మీద పట్టిన తుప్పునే ధర్మ రహస్యాలుగా భావించుతున్నారు".

"సాహిత్యపు ఆత్మ నుంచి వెలువడిన భావాలే స్థిరంగా నిలచి ఫలితం పొందగల్గుతాయి. సాహిత్య పరిషత్తు పూర్ణ వికాసం పొంది సంస్కృతిలో వున్న కలుషిత భావాలను రూపుమాపి సాహిత్యానికి, సమాజానికి సేవ చేయాలి".

మహాత్ముని భావాలతో ఏకీభవించి సామాన్య ప్రజల సేవ చేయటమే సాహిత్యపు ప్రధానోద్దేశమని కూడ ఆయన చెప్పారు.

కేవలం విలాసభావాలతో నిండిన సాహిత్యాన్ని సృష్టించే వాళ్ళను సమావేశ పరచవలసిన అవసరము వుండదు. మనము ఇప్పుడు ప్రజాసేవలోనే సాహిత్యసేవ ఇమిడి వుందనే విషయం మరువకూడదు. భాష ప్రజా సేవకు మంచి విలువైన సాధనము. అందువలన మనము దాని గొప్పతనాన్ని తెలుసుకోవాలి. దేశ, భావ సమైక్యత లేకుండా సంస్కృతీ వికాసం లేకుండా, ప్రజా జీవితం ప్రసన్నంగాను, పురుషార్థంగాను, పరిపూర్ణంగాను వుండలేదు".

పరిషత్తు కొన్ని నియమాలను సమావేశంలో నిర్ణయించింది:

1. జీవితంలో ఉన్నత లక్ష్యాలను వ్యతిరేకించే సాహిత్యాన్ని, సత్ప్రవృత్తులను ఆటంకపరచే సాహిత్యాన్ని, సాంప్రదాయం, సద్భావనలలో కాలుష్యాన్ని ప్రేరేపించే సాహిత్యాన్ని ఈ పరిషత్తు ఎప్పుడూ ప్రోత్సహించదు.

2. ప్రజా జీవితంలో ప్రత్యక్షంగాను, పరోక్షంగాను వున్న సమస్యలను పరిష్కరించే సాహిత్యాన్నే ప్రోత్సహించాలి.

ఈ పరిషత్తుకు ఇంతవరకు ప్రత్యేక విధానం ఏర్పరచలేదు. దీనిని నడపటానికి ఒక కమిటీ ఏర్పడింది. ఈ కమిటీ సభ్యులే దీని వ్యవహార విధానాన్ని, కార్యక్రమాలను నిర్ణయించుతారు. ఈ సంస్థను కేవలం సాహిత్య సంస్థగానే వుంచాలని మా ఆశయం. సాహిత్య అకాడమీ స్థానాన్ని ఇది కూడ పొందాలని మా కోరిక. ఇటువంటి ఆశయాలు గల సంస్థలో ప్రత్యేక ప్రాంతానికి, ప్రత్యేక భాషకు ప్రాధాన్యం ఇవ్వటం నాశనానికి మూలకారణం అవుతుంది. ప్రతి ప్రాంతాన్నుంచి సాహిత్య సేవకులను ఈ సంస్థకు సభ్యులుగా ఎన్నుకోవాలి. ఈ సభ్యులను ఎన్నుకోవటంలో కూడ ఎటువంటి ప్రాంతీయతా భావాన్ని చూపకూడదు. అలా చూపినట్లయితే దీని ఉపయోగం సమూలంగా నాశనం అవుతుంది. ఈ సంస్థ అధికారాన్ని, గౌరవాన్ని, పంచి ఇవ్వటమనే భావన వుండకూడదు. సాహిత్యాన్ని ప్రగతిలోకి తీసుకువెళ్ళి మానవ జీవితానికి దాన్ని ఉపయోగపడేట్లు చేసే సాహిత్యకారులే ఈ సంస్థకు కావాలి. మహాత్ముడు ఈ విషయాన్ని గురించే సలహా ఇచ్చారు.

"సాహిత్య సమ్మేళన కార్యకలాపాలలోను, భారతీయ సాహిత్య పరిషత్తు కార్యవ్యవహారాలలోను ఏదైన తేడా వుందా అని ఆలోచించాలి. సాహిత్య సమ్మేళనాలు అన్య ప్రాంతాల సాహిత్యకారులను సమావేశపర్చవు. వాటి కర్తవ్యం కేవలం ఆ ప్రాంతీయ భాషను, సాహిత్యాన్ని అభివృద్ధి పరచటమే. కాని ఈ పరిషత్తు ఉద్దేశంవేరు. కేవలం ఒక్క భాషనే, ఒక్క ప్రాంతీయ సాహిత్యకారులనే వికాసోన్ముఖులుగా చేయటం దీని లక్ష్యం కాదు. అన్య సాహిత్య రత్నాలను ప్రోగుచేసి వాటి ప్రకాశాన్ని దేశానికి చూపటమే ఈ పరిషత్తు ప్రధానోద్దేశము. చాలా ప్రాంతాలు ఈ పరిషత్తును అపార్థం చేసుకుంటున్నాయి. వీళ్ళు కేవలం అన్ని ప్రాంతాల సాహిత్యం మీద అధికారం సంపాదించటానికే ఈ పరిషత్తును స్థాపించారను కొంటున్నారు. వాళ్ళ హృదయాల నుండి ఈ అపార్థ భావాలు తొలగిపోయి వాళ్ళు కూడ సంతోషంగా ఇందులో పాల్గొనినప్పుడే ఈ సంస్థ జయప్రదంగా నిలువగలుగుతుంది".

పరిషత్తు నిజమైన స్వరూపము

హైదరాబాద్ నుంచి వెలువడే "ఉర్దూ" అనే పత్రికలో అబ్దుల్ హక్ సాహెబ్ సాహిత్య పరిషత్తు సమావేశాలను గురించి వ్రాశారు. సరియైన లక్ష్యాలు లేకుండా దీనిని స్థాపించారని, ఉర్దూ సాహిత్య సహకారం లభించదేమోనని పరిషత్తు వాళ్ళకు అనుమానం కల్గుతోందని వ్రాశారు. అందుకోసం పరస్పరం చర్చించుకొని ఈ అనుమానాలను రూపుమాపుకోమని కూడ సలహా ఇచ్చారు. కాని భారతీయ సాహిత్య పరిషత్తులో భారతదేశంలోని అన్ని భాషా సాహిత్యకారులను ఆహ్వానించి రాజకీయ, మత భేదాలు లేకుండా పరస్పరం ఐక్యమత్యం పెంపొందించుకోటానికి అవకాశం కల్పించాము. పరిషత్తు కేవలం ప్రాంతీయతా భావంతో వుండి విశాల దృక్పథాలు లేక నడపాలనే ఉద్దేశంతో వుంటే దేశంలోని అన్ని ప్రాంతాలవారిని ఆహ్వానించవలసిన అవసరం వుండదు. కేవలం హిందీని వ్యాపించ చేయటానికే ఈ పరిషత్తును స్థాపించారనే మరొక అపవాదు కూడ వుంది. అది అబద్ధం. హిందీ ప్రచారానికీ సాహిత్య సమ్మేళనం, నాగరీ ప్రచారిణీ సభ లాంటివి చాల వున్నాయి. అటువంటప్పుడు హిందీ ప్రచారోద్దేశముతో ఈ పరిషత్తును స్థాపించవలసిన అవసరం వుండదు. భారతదేశంలోని అన్ని భాషల సాహిత్యవాదులు ఒకే చోట చేరాలని, సాహిత్యంలోను, సమాజంలోను ఉత్పన్నమయ్యే సమస్యలను పరిష్కరించాలని, సాహిత్యంలో అనుసరింపబడే విధానాలను విమర్శించుకోవాలని, రచయితలలో విశాల దృక్పథాలు ఇమిడి వుండాలని, తమ రచనలలో వున్న లోపాలను అన్య సాహిత్యకారుల సలహాల ద్వారా సరిదిద్దుకోవాలని ఈ పరిషత్తును స్థాపించాము. నిజం చెప్పాలంటే హిందూ దేశం విభిన్న రాష్ట్రాలుగా లేకుండా ఒకే రాష్ట్రంగా వున్నప్పుడే ప్రపంచంలో ఆదర్శంగా నిలబడి, తన సంస్కృతిని రక్షించుకొంటూ పోగొట్టుకున్న గౌరవాన్ని మరల తిరిగి సంపాదించగల్గుతుంది. దేశాన్ని విభాగాలుగా విభజించితే మరల ముసల్మానుల పరిపాలన, ఇంగ్లీషు వాళ్ళ పరిపాలన నిలబెట్టినట్లు వుంటుంది. ప్రాంతీయతా భావంతో వుండి ఒక ప్రాంతాన్ని శత్రువులు కబళించుతూ వుంటే మరొక ప్రాంతం వారు ఆ తమాషా చూస్తూ సంతోషించటానికి అంగీకరించరు. ఇంగ్లీషు వాళ్ళు రాక పూర్వము మనలో దేశ ప్రేమా భావము లేదని ధైర్యంతోనే చెప్పగలుగుతాను. ఇప్పుడు వున్న దేశ ప్రేమ, త్యాగభావన అప్పుడు లేవు. కాని యూరప్‌లో మాత్రం ఆ భావాలు పుష్కలంగా వున్నాయి. అందువలననే ఇంగ్లీషు వాళ్ళ దేశ సమైక్యత ఎదుట మన దేశ ప్రేమ, త్యాగ, ఐక్యమత్య భావాలు వీగిపోయాయి. అందుకే మొదట ఓటమి అంగీకరించవలసి వచ్చింది. అప్పుడు సాంస్కృతిక సమైక్యత కూడ చాల సంకీర్ణ పరిధులలో వుంది. అప్పుడు మన

దేశంలో వున్న సాంస్కృతిక సమైక్యతా హద్దులే ఇప్పుడు యూరప్ దేశాలలో వున్నాయకోండి. అది వేరే సంగతి. ప్రస్తుతం యూరప్ అంతా బైబిల్‌ను ఆదరించినట్లుగానే మన దేశంలో అప్పుడు, ఇప్పుడు కూడ వేదాలను, శాస్త్రాలను అభిమానించటం గౌరవంగా భావించుతారు. క్రీస్తులాంటి వాళ్ళను యూరప్ ఆరాధిస్తూ వుంటే రాముడు, కృష్ణుడు, శివుడు మొదలైనవాళ్ళను మన హిందూ దేశీయులు ఆరాధిస్తున్నారు. మన వాళ్లు కాళిదాసు, వాల్మీకి, భవభూతి రచనలను చదివి ఆనందిస్తున్నారు. అయినప్పటికీ వాళ్ళలో ఐక్యమత్యం లేదు. ఉన్న ఐక్యమత్యం ఇంగ్లీషు వాళ్ళు ప్రసాదించినదే. ఇంగ్లీషు వాళ్ళు ప్రపంచంలో వున్న చాలా దేశాలకు అపకారంతో పాటు సమైక్యతను నేర్పి ఉపకారం కూడ చేశారు. వాళ్ళు నేర్పిన ఈ సమైక్యతను సజీవం చేసి ఎన్ని అఘాతాలకు కూడ చలించకుండా వుండేటట్లు చేయాలి. కాని ప్రస్తుత పరిస్థితులలో ప్రాంతీయతా భావం పెరిగిపోతోంది. ఆ భావాలు కార్యరూపంలో కూడ అగుపడ్తున్నాయి. రెండు శతాబ్దాల బానిసత్వంలో మనం మనలను మరిచిపోవటం, బానిసత్వానికి అలవాటు పడటం అనే రెండు విషయాలను నేర్చుకున్నాము. రాష్ట్రీయ స్వాతంత్ర్యం ప్రొవిన్షియల్ అటానమీ రావటంతో ప్రాంతీయుతా భావం, ద్వేషాలు పెరిగి దేశ సమైక్యత బలహీనమైపోతుందని అనుమానించుతున్నారు. సాహిత్య సమైక్యత, సాహిత్య, ఆదర్శాలు ప్రచారంతో పాటు దేశ సమైక్యతను కూడ ప్రచారం చేయాలని ఈ పరిషత్తు ప్రధాన ఉద్దేశంగా పెట్టుకొంది. ఈ ఉద్దేశంతో ప్రాంతీయ సాహిత్య ఔన్నత్వానికి, వికాసానికి ఆటంకం కలుగజేయటం పరిషత్తు ఉద్దేశం కాదు.మాతృభాషలు అనేకం వున్నప్పుడు సాహిత్యం కూడ అనేక విధాలుగా వుంటుంది. కాని ఏ భాషకాభాష తమదే సర్వ ప్రపంచమనుకొని సాహిత్య నిర్మాణం చేయకూడదు. అన్యభాషల సహకారమున్నప్పుడే భవిష్యత్తు వుంటుంది. అయితే ఆ భవిష్యత్తు దేశ సమైక్యత మీద కూడ ఆధారపడి వుంటుందన్న విషయం మరవకూడదు. ఆ సమైక్యతే మన వికాసానికి, భావాలను, జీవితానికి భవిష్యత్తుకు కూడ ఆధారము. అంతేగాకుండా ఈ దేశ సమైక్యతాభావంలో ఇమిడివున్న అనేక అంగాలలో భాష, సాహిత్యముల సమైక్యత కూడ మిళితమై వున్నాయి. అందువలన సాహిత్య సమైక్యతాభావంతో పాటు భాషా సమస్య కూడ పిలువకుండా అతిథిగా వచ్చి నిలబడుతుంది. దాని వెనువెంటే మరల లిపి సమస్య తల వంచుకొని నా సంగతేమిటని అడుగుతుంది. పరిషత్తు సమావేశంలో ఈ భాష, లిపి సమస్యలను గురించే చర్చించారు.

పరిషత్తు ఏ భాషను ఆశ్రయించుతుందనే ప్రశ్న అందరికి వస్తుంది. "హిందీ" అంటే ఉర్దూకు మంట. ఉర్దూ అంటే హిందీకి మంట. ఈ ద్వేషం కేవలం వ్యావహారికంగానే

కాదు, లిఖితంగా కూడ వుంది. సామాన్యంగా హిందీవ్రాతలలో సంస్కృతం, హిందీ కలసిందే హిందుస్తానీగా భావించబడుతోంది. అయితే ఈ హిందుస్తానిలో ఫారసీ, అరబ్బీ శబ్దాలు కలిసిన ఉర్దూ కూడ మిళితమై యుంటుంది. ఈ హిందుస్తానీ కేవలం వ్యావహారికంగానే ఉపయోగించుతారు. దీనిలో ఏ శబ్దాలను తొలగించటానికి అవకాశం వుండదు. హిందీకి, హిందుస్తానీకి సంబంధం ఎలా వున్నా కాని, ఉర్దూతో మాత్రం ఎక్కువ సంబంధము వుంది. అయితే పరిషత్తు ఏ భాషను అంగీకరించాలి? హిందుస్తానీ మిళితమైన హిందీ-హిందుస్తానీని అంగీకరించింది. అయినప్పుడు ఉర్దూ వాళ్ళకు ఈ హిందీ-హిందుస్తాని అంటే అర్థం కాలేదు. అది కేవలం హిందీకి మారురూపమే అని తలంచారు. హిందుస్తానీతో హిందీచేర్చి అన్యాయం చేస్తున్నారని ఉర్దూ వాళ్ళకు అనుమానం కల్గింది. దీనిని గురించి అబ్దుల్‌గారు ఈ విధంగా వ్రాశారు.

"ఒకప్పుడు మహాత్మాగాంధీ హిందుస్తానీని వ్యావహారికంగా ఉపయోగించటమే కాకుండా లేఖలు కూడ ఆ భాషలోనే వ్రాసేవారు. కాని ఇప్పుడు ఉర్దూ భాష వేరుగాను, హిందీ భాష వేరుగాను తలంచుచున్నారు. హిందుస్తానీ ఉపయోగించాలంటే ఎవ్వరూ ఇష్టపడుట లేదు. మహాత్ముడు అనేకసార్లు తమ ప్రసంగాలలో, తను చేసే విప్లవములో హిందుస్తానీ ఉపయోగించితే చాల బాగుంటుందని సూచించారు. హిందుస్తానీగా ఇక్కడ ఎక్కువ ఉర్దూనే తీసుకున్నారు. కాని జాతీయ కాంగ్రెసు విప్లవములో హిందుస్తానీనే ఏకభాషగా నిర్ణయించాలని ఆయన అనుకోలేదు. వీటిని బట్టి దీని పరిస్థితి ఎలా వుంటుందా అని ఆలోచించ వలసివస్తుంది. తీవ్రంగా ఆలోచించితే ఈ మార్పులకు చేర్పులకు కారణం రాజకీయాలే ననిపిస్తుంది. ముసల్మానులతో రాజనైతిక ఒడంబడికలు జరిగేంతవరకు ఈ విధంగా హిందుస్తానీ, హిందుస్తానీ అని గగ్గోలు పెడ్తూనే వుంటారని గాంధీ మహాత్ముడు, అప్పటి ప్రభుత్వం కూడ ఆశ పడింది. కాని ఆ ఒడంబడికలు జరుగకపోవటం వలన ముసుగులు తొలగిపోయి యదార్థ రూపం బయటపడింది. వాళ్ళు హిందీ వదలిపెట్టకపోతే మనం ఉర్దూను వదలిపెట్టము. వాళ్ళు అధికారాన్ని చేతిలో పెట్టుకొని ప్రవర్తించటానికి ప్రయత్నించినప్పటికీ మనము వెనుకాడరాదు."

మౌలానా వంటి వారి లేఖ నుండి ఇటువంటి అభిప్రాయాలు వెలువడటం నిజంగా విచారకరమైన విషయమే. ఆయన అప్పుడు ఉపన్యసించే సభలో హిందీ వాళ్ళు ఎక్కువగా ఉన్నారు. ఉర్దూ వాళ్ళు చాల తక్కువ మంది వున్నారు. అయినప్పటికీ హిందీ హిందూస్తానీకి ఓటింగ్ జరిపినట్లయితే హిందూస్తానీకి సగం కంటే తక్కువ ఓట్లు వచ్చాయి. ఒక వేళ ఎక్కువ వచ్చినా కేవలం ముగ్గరే ఉర్దూ వాళ్ళు వున్న సభలో హిందూస్తానీ

జయించినట్లు కాదు,ఓడిపోయినట్లే. అయితే మరొక సభలో దానిని పటిష్టం చేయటానికి ప్రయత్నించుతారు. వ్యవహారంలో లేక హిందుస్తానీగా భావించే హిందుస్తానీ అభివృద్ధిలోకి రాకపోయినా ఫరవాలేదు. హిందూస్తానీ అని అనుకోటమేగాని దానికి ఇంత వరకు నిశ్చితమైన రూపమేమీ లేదు. సామాన్యంగా వ్యవహరించేది, వ్యవహరించటానికి సుగమంగా వుండేది హిందీ ఉర్దూల మిళితమైనది హిందూస్తానీగా భావించుతున్నారు. హిందుస్తానీ పక్షం వహించే వారు ఉర్దూ వాళ్ళు, హిందీ వాళ్ళు కూడ అంగీకరించే విధానంలో హిందుస్తానీని తీసుకురావాలి. ఢిల్లీలోను, లాహోరులోను హిందుస్తానీ సభలు ఏర్పాటు చేశారు. ఇంకా చాలా చోట్ల ఏర్పాట్లు చేస్తున్నారు కూడ. హిందుస్తానీ భాషను పురోగమింపజేయటమే ఆ సభలను నిర్వహించే వాళ్ళ కర్తవ్యము. కేవలము కల్పనగా ఎంచబడే దానికి నిజమైన రూపం ఇవ్వాలి. మౌలానా గారితో పెద్దపెద్ద ఆశలు పెట్టుకోవద్దని ప్రార్థించుదాము. ఇప్పుడు మన దృష్టిలో కఠినంగా అగుపడే విషయాలు మరికొంత కాలానికి సులభము కావచ్చు. కేవలం ముగ్గురు ఉర్దూ వాళ్ళు వున్న ఈ సభ విప్లవం కోసం వుపయోగించే భాషా విధానాన్నే మార్చి వేశారు. ఇప్పటి నుండి అటువంటి అపాయాలు ఈ పరిషత్తుకు కలుగకూడదని ఆశించుదాము.

ప్రాంతీయ సాహిత్య సమైక్యత

నేడు "హంస ప్రచురణలు" లాంటి కొన్ని సంస్థలు సాహిత్యంలో విశాల, అభ్యుదయ భావాలను తీసుకురావాలని ప్రయత్నిస్తున్నాయి. భిన్న భిన్న ప్రాంతాల సాహిత్యాన్ని ఒకే రూపంగా భారతదేశానికి అందించటమే వాటి లక్ష్యం.

దేశం అనేది వస్తువు కాదు. ఒక భావన. కోట్లకొలది స్త్రీ పురుషుల సంకల్ప యుక్తమైన కోరికల మీద ఈ భావన నిర్ణయించబడింది. నేడు భారతదేశంలో చాలా మంది ఈ భావనను ఆ విధంగానే గ్రహించుతున్నారు. మొత్తం భారతదేశం, భారత ప్రజలు ఒక్కటే అన్న విషయం అందరకు తెలిసినదే.

అయితే ఈ భావన అనేక విధాలుగా అనేక రూపాలలో ప్రకటితమయింది. ఇంగ్లీషు చదివిన వాళ్ళు ఈ భావనను ఇంగ్లీషు భాష ద్వారా వ్యక్తీకరించుతారు. మిగిలిన వాళ్ళు తమ తమ మాతృభాషల ద్వారా వ్యక్తీకరించుతారు. ప్రయత్నం ఒక్కటే. కాని అది అనేక దిశలలో అనేక విధాలుగా వుంటోంది. అనేక విధాలుగా వున్న ఆ ప్రయత్నాలు ఒకే భాష, ఒకే సాహిత్యం ఆధారంగా లేకుండా వ్యక్తీకరించాలంటే కష్టము.

ఇప్పుడు హిందీ రాష్ట్రభాషగా అందరూ అంగీకరించారు. మహాత్మాగాంధీ లాంటి నాయకులు హిందీని రాష్ట్రభాషగా వుంచటానికి అనేక ప్రయత్నాలు కూడ చేశారు. అంటే అది రాష్ట్రభాషగా వుండి కేవలం వ్యావహారికంగానే వుండకూడదు. కేవలం ప్రజల నోటి మీదే దొర్లుతూ వుండకూడదు. లిఖితంగా అంటే సాహిత్యరూపంలో వుండాలి. సంస్కరణలలోను, సౌందర్య సృష్టిలోను కూడ వుపయోగించాలి. భారతదేశమంతా ఐక్యతతో వుండాలంటే ఒకే భాష ద్వారా సంస్కరణలను, సౌందర్య సృష్టిని కూడ వ్యక్తీకరింప చేయాలి. పరస్పరాధారమైన సాహిత్యం ఆ భాషకు తోడ్పడాలి.

భారతదేశానికి రాష్ట్ర భాషగా ఏదైనా వుండవచ్చు. కాని దాని నుండి దేశంలోని అన్ని ప్రాంతాల వారికి జీవనశక్తి, అన్ని భాషలకు సహాయశక్తి లభించాలి. ప్రతి ప్రాంతానికి సమృద్ధి, సర్వాంగసుందర సారతత్వం ఇవ్వగల్గిన సాహిత్యమే భారతదేశానికంతకు వుండాలి. మన దేశ నిజరూపము, ఆత్మీయతానుభూతి ఇటువంటి సాహిత్యము ద్వారానే తెలియాలి. దేశంలో అన్ని ప్రాంతాల సాహిత్యంలోను ప్రాంతీయతా సమైక్యతా సమృద్ధిగానే వుంది. సాహిత్య రచనలన్నీ ఒక సూత్రం ద్వారా గ్రుచ్చబడినాయి. అయితే ఆ సూత్రము క్రొత్తదేమీ కాదు. చాలా కాలం నుంచి పారంపర్యముగా వస్తూవుంది. ప్రతి సాహిత్యానికి వ్యాసుడు, వాల్మీకి లాంటి వారి ప్రేరణ కల్గుతోంది. రామాయణంలోని సౌందర్య శైలి ప్రతిబింబంగా ప్రతి సాహిత్యంలోను నిలబడుతోంది. ప్రతి యుగ సాహిత్యంలోను పురాణాల ఘోష ప్రతిధ్వనిస్తోంది. సంస్కృత సాహిత్యకారులు నిలబెట్టిన జ్యోతి ప్రతి ప్రాంతీయ సాహిత్యకారునకు వెలుగునిచ్చి ప్రోత్సహించుతోంది. అంతే కాదు, కథాసాహిత్యం అనేక మార్పులు పొందినప్పటికి వెనుక ఒకే గొలుసులో బంధించిన దృశ్యం అస్పష్టంగా అగుపడుతోంది. సామాన్యంగా జాతక కథలు లాంటివి ప్రతి సాహిత్యంలోను అగుపడ్తాయి. గుణాఢ్యుని కథలు, బృహత్కథలు, పంచతంత్రం లాంటివి దేశంలోని అన్ని భాషలలోకి అనువదించబడ్డాయి. అవి మన దేశ జీవనానికి ప్రతిబింబంగాను, మూలతత్వాలకు ఆధారంగాను, ఇచ్చట సంస్కృతికి, భావకల్పనకు ఉద్దీపకంగాను వున్నాయని చెప్పటానికి ఎటువంటి సందేహమూ లేదు.

ఇంతుకుముందు యుగంలో ధర్మం, భవద్భక్తి ప్రతి ప్రాంతీయ సాహిత్యానికి పునర్జన్మ ఇచ్చాయి. విద్యాపతి, చండీదాసు, సూరదాసు, తులసీ, నరసీ, తుకారాం, మీరా, కబీర్, జ్ఞానదేవ్, ఆళ్వార్, రామానుజం, వల్లబ్ చైతన్య లాంటి వాళ్ళ ప్రభావాత్మక సిద్ధాంతాలు భారతదేశంలో సాంస్కృతిక సమైక్యత కల్గించాయి.

మహమ్మదీయులు పరిపాలనలో మహమ్మదీయ ప్రభావం బాగుగానే పడిందని చెప్పుకోవాలి. సంగీతంలో మహమ్మదీయులు, హిందువుల శబ్దాలను, రసాలను వుపయోగించుకుంటే రాజకీయ విషయాలలో హిందువులు వాళ్ళను అనుకరించారు. ఇద్దరూ కలిసి ఒకరి సహకారము మరొకరు పొందుతూ హిందుస్తానీని సృష్టించారు. హిందూస్తానీలో ఆదికవి బలబన్ సమకాలికుడైన ఖుస్రో వ్రాసిన గీతాలు ఇప్పటివరకు హిందీభాషలో దేదీప్యమానంగా వెలుగుతున్నాయి. వాటితో పోటీ చేసేవి ఆ భాషలో ఇంతవరకు ఏమీ వ్రాయబడలేదు. పూర్వకాలం నుండి సాహిత్య సహకారము జరుగుతూనే వుంది. హిందూ కవులు ఫారసీలో అప్పుడప్పుడు వ్రాస్తూవుంటే, వాళ్ళలోనే కొంత మంది ఉర్దూలో వ్రాసినారు. మహమ్మదీయులు హిందీలో వ్రాయటం మొదలు పెట్టేవారు. ఈ విధంగా ఒకరికొకరు భాషాభావన సహకారం పొందేవారు. మహమ్మదీయులు హిందీలో వ్రాసిన పద్యాలు ఇప్పటి వరకు చాల పేరు సంపాదిస్తూనే వున్నాయి. హిందీ కవితా ప్రపంచంలో వాటికి విలువైన స్థానం వుంది. "జాయ్‌సీ" వ్రాసిన "పద్మావత్" ఇప్పటి వరకు హిందీ సాహిత్యంలో స్థిరమైన విలువను సంపాదిస్తోంది. అదే మాదిరిగా "సూఫీ" కవులు ధర్మ, మత బంధనాలను ఛేదించి సృష్టించిన ప్రేమ రూపం వలన అన్ని భాషలు ప్రభావితమై పోయాయి. వీటి వలన మనకు అప్పటి సంస్కృతి, సామాజిక పరిస్థితులు అర్థమవుతాయి. కాని, పూర్వ కాలం నుంచి అంటే అనేక యుగాల నుండి మన సంస్కృతి ఏ విధంగా పరిణమించి ప్రగతికి వెళ్ళిందో, దానిలో వున్న వివిధ అంశాలు ఏమిటో తెలుసుకోవాలంటే చాలా కష్టం.

ఇంగ్లీషు వాళ్ళు వచ్చిన తరువాత సాహిత్య ఆదర్శాలన్నీ ఇంగ్లీషు పద్ధతులను ఆధారంగా చేసుకోసాగాయి. వ్యాసాలు, నవలలు, కథలు, నాటికలు కవితలు మొదలైనవి సంస్కృత సాహిత్య నిర్మాతలైన బాణుడు, కాళిదాసు లాంటి వాళ్ళ వలన నేర్చుకొంటే వాటిలో ఆదర్శం, నూతనత్వం, సూక్ష్మతాతత్వం మొదలైనవన్నీ ఇంగ్లీషు సాహిత్యంలో వ్యాపించిన "రొమాంటిసిజమ్"ను ఆధారంగా తీసుకొన్నాయి. రొమాంటిసిజమ్ సాహిత్య నిర్మాతలు మన కాళిదాసు, బాణుడు కంటే కూడ గొప్పవాళ్ళని చాలమంది ఆధునిక సాహిత్యకారులు అనుకొంటూ వుంటారు. వర్డ్సువర్త్, స్కాట్, కీట్సు, మిల్టన్ మొదలైన వాళ్ళే ఆ సాహిత్యకారులను తమ అనుయాయిలుగా చేసుకొనేది.

1904 తరువాత దేశంలో కలిగిన పరిస్థితులు ప్రతి సాహిత్యంలోను ఇమిడి అప్పటి ప్రతి జీవితానికి ప్రతిబింబంగా నిలబడ్డాయి. అటువంటి వాస్తవిక జీవితాను

భవాలను అందజేయటం వలననే ఇప్పుడు గాంధీజీ రచనలు, ఉపన్యాసాలు ఠాగూర్ రచనలు, సాహిత్య పథానికి కరదీపికలవలె నిలబడ్డాయి.

భారతదేశంలో సాహిత్య సమైక్యత అంటే భావన సహకారం చిరకాలం నుండి వుంది. అయితే, భాషా సహకారము మాత్రమే లేదు. భాషలు ప్రతి ప్రాంతానికి వేరువేరుగా వుండటమే దీనికి కారణం కావచ్చు. సాహిత్యమంతా ఒకే చోట, ఒకే భాష ద్వారా భారతీయులకు అందివ్వ కలిగితే భిన్నాభిప్రాయాలు పోయి ఐక్యత స్థిరపడవచ్చు. ఒకే చోట ఒకే భాష ద్వారా అన్ని ప్రాంతాల సాహిత్యాన్ని సంగ్రహించినట్లయితే ప్రతి ప్రాంతీయ సాహిత్యానికి దాని ద్వారా కొంత స్ఫూర్తి, నవ్యత వస్తాయి. కాని కొంత మంది ఈ నవ్యత,సరసత, రూపుమాసి పోతుందని భయపడ్డారు. చాల మందికి ఈరకంగా సాహిత్య సమైక్యత కలుగజేస్తే వినాశనమే జరుగుతుందని అనుమానం కల్గుతుంది. కాని లోతుగా ఆలోచిస్తే ఇందులో వున్న ఉపయోగాలు పూర్తిగా అర్థమౌతాయి. సాహిత్య సమైక్యత కల్గినపుడు ఒక ప్రాంతీయ సాహిత్యం మరొక ప్రాంతీయ సాహిత్యంతో సంబంధం ఏర్పరచుకొని, ఒక దానికొకటి పోల్చుకుంటూ, నూతన ఆదర్శాలను, నూతన ప్రేరణలను, నూతన స్ఫూర్తిని పొందుతూ వుంటే వినాశానికి స్థానం ఏ విధంగా ఏర్పడుతుంది? ఇప్పుడు సంకుచితంగా అగుపడే సాహిత్యం కూడ నూతన ఉత్తేజం పొందుతుంది. కాళిదాసు, హోమర్,గేథే లాంటి వాళ్ళ భావనలను అనుకరించటానికి, అర్థం చేసుకోటానికి కూడ అవకాశం కల్గుతుంది. ప్రాంతీయ సాహిత్యం విశాల క్షేత్రంలో విహారం చేయనంతవరకు విశ్వసాహిత్యంలో వున్నత స్థానం పొందలేదు. ఈ విధమైన సాహిత్య సమైక్యతా ప్రయత్నంలో సంకుచిత స్వభావాలు రూపుమాపి రమణీయత, విశాలత ఏర్పడతాయి. కొంత మంది ఈ సమైక్యతా ప్రయత్నం హిందీలోనే ఎందుకు చేయాలి? ఇంగ్లీషులో చేయకూడదా? అన్ని ప్రశ్నిస్తారు.

ఈ ఇరవయ్యో శతాబ్దంలో కూడ ఇటువంటి అర్థం లేని ప్రశ్న వింటూవుంటే ఆశ్చర్యంతో పాటు దుఃఖం కూడ కల్గుతోంది. చివరకు మన దేశంలో రాష్ట్రీయ భావన లోపించి దేశీయ భాషలకవకాశ వికాసాలు కల్పించిన సమైక్యతకు కూడ అన్య దేశ భాషలో ఏర్పరుచుకొనే బలహీనత ఏర్పడిందా? ఒక వేళ ఇంగ్లీషులోనే ఈ ప్రయత్నం జరపటానికి మనవాళ్ళు ముందంజ వేస్తే మనం సిగ్గుతో ఆత్మహత్య చేసుకోవలసి వుంటుంది. ఇంగ్లీషు అందమైన భాషే, దీనిలోని కొన్ని పద్ధతులు అమరమైపోయాయి. వాటి ప్రేరణా సహాయము వలననే మన సాహిత్యంలో నవీనత్వం ఏర్పడింది. అయితే ఈ ఇంగ్లీషు భాష యెంత మందికి తెలుసు? అని ప్రశ్నించుకోవాలి. ఈ భాష ద్వారా మన

భారతీయ సంస్కృతిని ఏ విధంగా ప్రకటించగలము? మన దేశీయ భాషలో ఇమిడి వున్న సంస్కృతిని, భావాలను అన్యభాష ద్వారా ప్రకటించటం చాలా కష్టము.

హిందీ అనేక ప్రాంతీయ భాషలకు సోదరి లాంటిది. ఉర్దూతో కూడ దీనికి చాలా దగ్గర సంబంధముంది. కొన్ని కోట్ల మంది హిందీ మాట్లాడుతున్నారు. మాట్లాడలేని ఇంకా కొన్ని కోట్ల మంది దీనిని అర్థం చేసుకోగల్గుతున్నారు. దేశ ప్రగతిని వాంఛించే వాళ్ళంతా హిందీనే అభిలషించుతారు. అటువంటప్పుడు ఈ హిందీ భాషను వదలి అన్యభాషను మనము ఎలా అంగీకరిస్తాము?

హిందీ తప్ప మరే భాషా ఈ భారతదేశానికి రాష్ట్రభాషగా ఉపయోగపడదు. దీనిని విశ్వసించి ఆదరించినప్పుడే భారతదేశం ప్రగతి మార్గంలోకి వెళ్ళ గల్గుతుంది.

హిందీ అన్ని ప్రాంతాలలోను వ్యాప్తి చెందితే, కేవలం సంకుచిత భావం లేకుండా మెలగుతూ వుంటే దేశాభివృద్ధి చాలా త్వరగా జరుగుతుంది. అన్ని ప్రాంతీయ భాషలు మిళితమైన హిందీ నూతన రచన విధానాన్ని సృష్టించుతుంది. నూతన నిఘంటువులను సృష్టించి పదజాలాన్ని కూడ విస్తరింపజేస్తుంది. ఇటువంటి అనేక ప్రత్యేకతలు కల్గినపుడే అది రాష్ట్రభాషా అధికారం పొందకల్గుతుంది.

సామాన్య వుపయోగం కొరకు చాల సరళమైన హిందీ ఉపయోగించుకోవచ్చు. కాని సాహిత్య దృష్టిలో అంత సరళమైన భాషను ఉపయోగించటం ఉచితం కాదు. ప్రస్తుతం హిందీ, బెంగాలీ, మరాఠీ, గుజరాతీ, తెలుగు, మళయాళం మొదలైన భాషలు ఎప్పుడూ సంస్కృత శబ్ద సమూహాల సహాయం పొందుతూనే వుంటాయి. సంస్కృతం సమృద్ధిగా సహాయం చేయకపోతే ఆ భాషల వికాసం జరగదు. అయితే వాటి వికాసం కొరకు ఎంత సరళమైన సంస్కృత శబ్దాలను గ్రహించాలని ఆయా భాషల సాహిత్యవేత్తలకు అనుమానం కలుగవచ్చు. అవి అంత తేలికగా పరిష్కరింపబడే సమస్యలు కాదని వాళ్ళకు తెలుసు. అంతేకాకుండా హిందువులకు, మహమ్మదీయులకు వుపయోగపడే సాహిత్య మేమిటి? అనేది మరొక సమస్య. సామాన్య జీవితంలో సరళమైన హిందీని, సరళమైన ఉర్దూను ఉపయోగించుతున్నారు. కాని సాహిత్య నిర్మాణంలో మాత్రం అవి ఎందుకూ పనికి రాకుండాపోయాయి. ప్రతి రచయిత తన రచనలలో సాధ్యమైనంతవరకు వికాసం తీసుకురావాలనే ప్రయత్నిస్తాడు. వికాసం కొరకు కృషి చేసేటప్పుడు నిరాశకు తావు లేదు. హిందువులకు, మహమ్మదీయులకు ఉపయోగపడే సాహిత్యాన్ని సృష్టించి పునీతం చేయాలి. ఆ రెండు భాషలలోని సాహిత్యకారులు పరస్పరం అర్థం చేసుకొని, పరస్పర సహకారం పొందినప్పుడే నూతన సాహిత్య కృషి చేయగలరు.

దీనికి ధైర్యం, ఉదారత్వం కూడ కావాలి. ప్రపంచంలో చాలా కృషి చేసిన పిదపనే ఫలితాలు లభిస్తాయన్న విషయం మరువకూడదు.

హిందీ సాహిత్య సమ్మేళనం

నాగపూర్‌లో హిందీ సాహిత్య సమ్మేళనపు ఏర్పాట్లు చాలా ఆడంబరంగా జరిపారు. అతిథుల విశ్రాంతి కోసం అగ్రికల్చరల్ కాలేజి హాస్టల్‌ను ఏర్పాటు చేశారు. అన్ని సౌకర్యాలను కలుగజేశారు. భోజనపు ఏర్పాట్లు కూడ అందరికి అందుబాటులో వుండేట్లు చేశారు. మహాత్ముడు, నెహ్రూ, రాజేంద్రప్రసాద్, పటేల్, రాజగోపాలాచారి లాంటి గొప్ప నాయకులు ఆ రోజు సభావేదికను అలంకరించారు. అందరూ ఉపన్యసించారు. కాని రాజేంద్రప్రసాద్ ఉపన్యాసము మాత్రం చాల ఆదర్శప్రాయంగా అగుపడింది. భాషను గురించి, సాహిత్యం గురించి అనేక సమస్యలను లేవదీసి వాటికి పరిష్కార మార్గం కూడ చూపారు. భాషా పరిధులను విస్తృతం చేయడానికి ఆయన ఇచ్చిన సలహాలు అపూర్వమైనవి. హిందీలో కలసిపోయిన అరబ్బీ, ఫారసీ శబ్దాలను వ్యావహారిక రూపంలోకి తీసుకురావాలని ఆయన చెప్పారు. పారిభాషిక పదాలు కూడ అన్ని భాషలలో ఒకే రూపంగా వుండాలన్నారు. "ప్రతి భాషలోను వేరువేరు పారిభాషిక పదాల ఉపయోగం వలన సమయం, శక్తి రెండూ వ్యర్థమైపోతాయి. గ్రామాలలో ఉపయోగించే చాల శబ్దాలను సాహిత్య దృష్టితో దూరం చేస్తున్నారు. వాటిని కూడ ఉపయోగించి దేశంలోని ప్రధాన సంస్కృతిని వ్యక్తీకరించాలి".

ఆయన మరికొన్ని సాహిత్య విలువలను కూడ యదార్థంగా తెలియజేశారు. "సాహిత్యానికి ఒకే విలువ వుంది. ఒక వేళ అది మానవ జాతికి ఉపయోగపడే అవకాశం వుంటేనే నిజమైన సాహిత్యమని అనుకోవాలి. అలా కాకుండా, జీవితానికి ఏమీ ఉపయోగపడకుండా, జీవితమంటే అర్థం చెప్పకుండా వున్నట్లయితే అది సరళమైన భాషలో వున్నప్పటికి, ఆనందం కలుగచేసినప్పటికీ సాహిత్యం కాదని చెప్పుకోవాలి. తనను నియమాలతోను, నిగ్రహాలతోను యోగ్యుడుగా నిర్ణయించుకొనగల్గినవాడే నిజమైన సాహిత్యకారుడుగా నిలబడగలడు. అతడే తాను వ్రాసిన రచనలను సఫలతాపూర్వకంగా రూపొందించగల్గుతాడు. ఈ సాహిత్య రచనకు ఒక దైవికశక్తి కావాలి. ఆ దైవికశక్తి పూర్వ సంస్కారము వలన, జన్మతోనే వచ్చే తపస్సు వలన, వర్తమాన జీవితంలోని నియమ, నిగ్రహాల వలన వస్తుంది".

సాహిత్యంలో నియమాలకు, నిగ్రహాలకు వున్న విలువను గురించి ఆయన చక్కగా చెప్పారు. “మధువును గురించి వర్ణించుట కంటె రుచి చూచినప్పుడే దానిలో వున్న మాధుర్యం తెలుస్తుంది. ఇటువంటి భేదమే అనుభూతికి,మస్తిష్కజ్ఞానానికి మధ్య వుంది. అందువలన వ్రాసిన ప్రతి పుస్తకం అనుభూతులలో నుంచి. జీవితాలలో నుంచి బయటకు రాగలిగితే అది చాల ఆదర్శంగా నిలబడి అందరి అభిమానం సంపాదిస్తుంది. ఇటువంటి అనుభూతులు లేకుండా వున్న రచనలు కేవలం వాగాడంబరం కోసమే వున్నట్టుగా అగుపడ్తాయి. ఆ ఆడంబరమే ఆధారంగా తీసుకుంటే ఆ రచన నిలువలేదు. ఇవన్నీ లేకుండా వుండుట వలననే తులసీదాసు రచనలు, సూరదాసు రచనలు ఇప్పటి వరకు జీవన సంస్కార ప్రేరకాలుగా నిలబడ్డాయి. వాళ్ళు వ్రాసిన పదాలలో ఆత్మీయానుభూతి, ఆనందం కల్గుతాయి. అవి ఏ ఇతరుల రచనలలో అగుపడవు. అందువలన కాలాన్ననుసరించి జీవితమంటే ఏమిటో నేర్పే సాహిత్యం లిఖించమని సాహిత్యకారులకు సలహాయిస్తున్నాను. జాతీయ సాహిత్యము కూడ సృజింపబడాలి. మనలో వున్న సహజ భావనలు, ఉద్రేకాలు, ఉత్సాహాలు. ఆశయాలు సాహిత్యంలో అగుపడాలి. మన ఆశలు, అభిలాషలు, ఆకాంక్షలు సాహిత్యంలో ప్రతిబింబాలుగా నిలచి సాహిత్యపుష్టి కలుగజేయాలి”.

ఆయన ఇచ్చిన ఈ వుపన్యాసంలోని ప్రతి మాట యుక్తియుక్తంగా వుంది. కళ కళకోసమే కాని, మరి దేని కోసము కాదని పూర్తిగా తెలుస్తోంది. ఆయన చెప్పిన ఆ సాహిత్య అభిప్రాయాలను ఆచరించితే ప్రతి సాహిత్యకారుడు ఆదర్శంగా నిలబడ కల్గుతాడు.

తరువాత శ్రీ “నవీన్” ఇచ్చిన వుపన్యాసం భావయుక్తంగాను, ఉత్తేజంగా కూడ వుంది. కవి సమ్మేళనాలలో జరిగే వాటిని గురించి ఆయన ఇచ్చిన అభిప్రాయాలు మెచ్చుకోదగినవే. కాని కళను ఉపయోగిక బంధనాల నుండి స్వతంత్రంగా వుంచటమనేది ఎంత వరకు చేయగల్గుతామనేది సమస్య. అసలు కవి కవితలు ఎందుకు వ్రాస్తాడు? ప్రకృతి ఇచ్చిన ఉల్లాసంలో రాగాలాపన చేసే పక్షిలాంటివాడే కవి? కాదు. పక్షి అడవిలో కూడ తన మధుర సంగీత స్వరాలను విన్పిస్తుంది. కాని ఆ స్వరాలను విని ఆనందించేవారు అచట లేరని అది గమనించదు. అందరూ వినాలని చుట్టూచేరితే నోరు కూడ కదల్చదు. కాని ఆ పంజరంలోనే కృత్రిమ వాతావరణాన్ని సృష్టించితే పాడటానికి అవకాశం వుంది. కవి తాను పొందిన అనుభూతులను ఇతరులకు ఇచ్చి వాళ్ళను కూడ వాటిలో భాగం

109776

పంచుకోటానికి కవిత్వాన్ని సృష్టించుతాడు. కాని ఆ కవే నిర్జననీరవ ప్రదేశంలో తనలోని అనుభూతిని పాడుకొంటూ వుంటే పిచ్చివాడను కొంటారు, గాని కవి అని అనుకోరు. అప్పుడప్పుడు కొంత మంది కవులు ఏకాంతంలో కూర్చొని పాడుకొంటూ వుంటారు. కాని వీళ్ళకు నిజమైన తృప్తి కలుగదు. తన తృప్తి కోసం తన అనుభూతులను, తన వ్యధలను వ్రాసి ఇతరులకు తెలియచేస్తాడు. ఇతరులు ఆ రచనలు ప్రభావానికి లోనైనప్పుడు తన అనుభూతుల మీద విశ్వాసం ఏర్పరచుకొంటారు. తాను దుఃఖించినపుడు ఇతరులు కూడ దుఃఖించకపోతే తన దుఃఖానికి అనుభూతిలేదని విశ్వాసం కోల్పోతాడు. తన అనుభూతులను ఇతరుల మీద ప్రయోగించి వాటి విలువలు నిర్ణయించట మనేది ఒక సాధన. తన ప్రతి అనుభూతికి ఇతరులు ప్రభావితం కావాలనేది గొప్పశక్తి. అందువలన కవిత్వానికి కొన్ని ఉద్దేశాలు నెలకొల్పి ఉపయోగిక బంధనాలలో ఇరికించట మనేది పొరపాటు. ప్రతి కవీ తను ఇతరులను ఎందుకు ఏడ్పిస్తున్నాడు? ఎందుకు నవ్విస్తున్నాడు అని ప్రశ్నించుకోవాలి. తన భార్యచనిపోతే దుఃఖం కలుగుట సహజమే కాని. ఆ దుఃఖము ఇతరుల ముందు ప్రదర్శించితేకాని అది దూరము కాదా? ఇది చాల పొరపాటు, కాని దానిలో కొన్ని ముఖ్యోద్దేశాలను గమనించేట్లు చేయాలి. కరుణ, మానవతలను ఉత్తేజితం చేయాలి. అప్పుడే ఆ దుఃఖ ప్రదర్శన వుపయోగం తెలుస్తుంది. మనము కవి ప్రదర్శించే అన్ని అనుభూతులకు ప్రభావితులము కాలేము. కవి తన ప్రేయసిని నఖశిఖపర్యంతం చమత్కారంగా వర్ణించితే ఏ అనుభూతికి లోబడి కవి ఈ విధంగా వర్ణించాడని తలంచుతాము? మన ఈ సమస్యలకు పరిష్కారం కల్గితే, సౌందర్య భావన ఏర్పడితే కవి తన రచనలో కృతకృత్యుడైనట్లే.